மிளகாய் மெட்டி

அகிலா

படி வெளியீடு
கே.கே.நகர் மேற்கு, சென்னை - 600 078.
(பாண்டிச்சேரி கெஸ்ட் ஹவுஸ் அருகில்)
Ph: 044-6515 7525 Mobile: +91 87545 07070

மிளகாய் மெட்டி (சிறுகதைகள்)
ஆசிரியர்: அகிலா©

Milagaay Metti (Short Stories)
Author: Ahila©

PADI VELIYEEDU (A Division of Discovery Book Palace)
First Edition : Dec - 2016
Pages: 88 - ISBN: 978-93-84302-16-0
Cover Design: Manikandan
Book Design: R.Prakash

Padi Veliyeedu,
6, Mahaveer Complex, Munusamy Salai,
K.K.Nagar West,Chennai-600 078.
Ph: +91 - 44-6515 7525
Mobile: +91 87545 07070

E-mail: discoverybookpalace@gmail.com,
Website: www.discoverybookpalace.com

Rs. 70

ஒரு ஊரில்

கதைசொல்லிகள் இங்கும் அங்குமாய் நிறைந்திருக்கிறார்கள். என்னுள்ளும் உங்களுள்ளும் ஒரு கதைசொல்லி இருக்கக்கூடும். எல்லோருக்குள்ளும் ஏதோ ஒரு கதை கனவு போல் ஊர்ந்துக் கொண்டேயிருக்கும். நிஜம் காணமுடியாத கனவுகள் கற்பனைகளாக கதைகளாக உருவாகிக்கொண்டேயிருக்கும்.

ஒரு கோணத்தில் குழந்தைகளுக்கு கதைசொல்லியாய் அவதாரம் எடுக்கிறோம். வாய்மொழி கொண்டு சொற்கோட்டை கட்டி பாவனைகள் செய்து நடித்துக்காட்டி கதைசொல்லிகளாக மாறிவிடுகிறோம். மற்றுமொரு கோணத்தில் தோல்விகளில், தொடரும் வலிகளில் இருந்து தேற்றிக்கொள்ள சிலபல கதைகளை நமக்குள் எடுத்துக்கட்டி கதை சொல்லிக்கொண்டு சமாதானமாகிறோம்.

கதைசொல்லிகளாக ஆனபிறகு, கடிவாளம் கைகளில் இல்லாமல் கற்பனை குதிரை கூரையிட்ட வீடுகள், ஓடு வேய்ந்த வீடுகள், ஆறுகள், மலைகள், வயல்வெளிகள், வனங்கள், நாடுகள், கடல்கள் கடந்து எல்லையில்லா வான்வெளிக்குள் பயணிக்கத் தொடங்குகிறது. ஆம், நானும் கதைசொல்லியாய் மாறி கவிதைகளைக் கடந்து சிறுகதை தொகுப்புடன் உங்கள் முன்.

சிறுகதை இலக்கியத்திற்குள் என் முதல் வரவு இத்தொகுப்பு, 'மிளகாய் மெட்டி' என்னும் பெயருடன். தலைப்பிலேயே பொதிந்திருக்கிறது இத்தொகுப்பின் முக்கியத்துவம். பெண் சார்ந்த மௌனம், மகிழ்வு, சங்கடம், தீர்வு எல்லாம் கனமானவைகளாய் இதற்குள்.

இத்தொகுப்பின் தலைப்பு, 'மிளகாய் மெட்டி' என்னும் சொற்பதம் என்னுள் முளைத்த விதம் அருமையானது, உணர்வுபூர்வமானது. ஒரு முறை புகைப்படக் கலைஞரும் எனது தோழியுமான உஷா துரகா ரேவேளி, மிளகாய் தோட்டத்தில் கொட்டிகிடக்கும் மிளகாய்களின் நடுவில் அமர்ந்து வேலை செய்யும் பெண்களின் புகைப்படம் ஒன்றைக் காட்டி அதற்கு கவிதை வடிக்கச் சொன்னார். அங்கு வேலை செய்யும் பெண்கள் ஆண்களிடம் அனுபவிக்கும் துயரங்களையும் என்னிடம் பகிர்ந்திருந்தார்.

மிளகாயையே மெட்டியாய் மாற்றிக்கொள்ளும் பெண்கள் என்பதாய் கவிதை வடித்து, அதற்கு 'மிளகாய் மெட்டி' என்று தலைப்பிட்டேன்.

"மெட்டியிட்ட
தோல் சுருங்கிய விரல்கள்,
சிதறியிருக்கும் சிவப்பு பழங்கள்,
உழைக்கும் காலங்களில்
உருகும் ஓநாய்களிடமிருந்து
தன்னொழுக்கம் காப்பாற்றிய
மிளகாய் பழங்களே
மிளகாய் மெட்டிகள்.."

சிறுகதை எழுதத் தொடங்கிய பொழுதில் பெண்ணின் துயரம் சொல்லும் ஒரு கதைக்கு அதையே தலைப்பாக்கினேன். அதுவே இத்தொகுப்பின் தலைப்பும் ஆயிற்று.

இத்தொகுப்பில் உள்ள கதைகள், பெரும்பான்மையானவை கல்கி, புதிய தரிசனம், சூரியகதிர் போன்ற இதழ்களிலும் காற்றுவெளி, சிறுகதைகள் போன்ற இணைய இதழ்களிலும் வெளிவந்தவை என்பதை நன்றியுடன் நினைவுகூர்கிறேன்.

கவிஞராய் திறனாய்வாளராய் என்னை இலக்கியப் பாதையில் துணை நடத்தி பரிணமிக்க வைத்த கோவை மற்றும் பொள்ளாச்சி இலக்கிய வட்டங்களின் நட்புகளுக்கு என் நன்றி கலந்த அன்பு.

என் சிரமம் பொறுத்து, என்னை எவ்வமயமும் உயர்த்தும் புகழேந்தி, நவீன், ரம்யா என்ற என் சின்னஞ்சிறு குடும்பத்தின் சொந்தங்களுக்கு என் அன்பும் நன்றியும்.

ஒரு கவிஞராய் இருந்த என்னை எழுத்தாளராய் ஒரு படி மேலுயர்த்திய பெருமை அருமை நண்பர் அமிர்தம் சூர்யா அவர்களைச் சாரும். இன்றைய சிறுகதைகளின் களம் பெண் சார்ந்து இருக்கட்டும் என்பதை சுட்டிக்காட்டி, சிறுகதைகள் எழுத ஆரம்ப சுழியிட்ட அவருக்கு என் நன்றியும் அன்பும்.

இந்த சிறுகதை தொகுப்பை இத்துனை சிறப்பாக்கி, உங்கள் கைகளில் தவழவிட்டிருக்கும் 'படி' பதிப்பதாருக்கும் டிஸ்கவரி புக் பேலஸின் வேடியப்பன் அவர்களுக்கு என் நன்றியும் வணக்கமும். தலைப்புக்கான ஓவியத்தை அருமையாய் வடிவமைத்த மணிகண்டன் அவர்களுக்கும் என் மகிழ்ச்சியும் நன்றியும்.

கோயம்புத்தூர்

அகிலா

டிசம்பர் 2016

பொருளடக்கம்

1. காத்து — 7
2. வோல்கா — 10
3. அகாலம் — 13
4. பன்னீர் பூக்கள் — 19
5. கடவுளின் அம்மா — 25
6. கண்ணாடி — 29
7. வயலட் பூக்கள் — 34
8. லாடம் — 46
9. பிறழ்வு — 50
10. முக்கோணம் — 57
11. மிளகாய் மெட்டி — 64
12. ஓடிப்போகுதல் — 70
13. மெலிதாய் — 74
14. தொங்கட்டான்கள் — 80

காத்து

புதன்கிழமை வந்துவிட்டாலே அப்புவுக்கு ஞாயிற்றுகிழமையின் வாசம் மனதுக்குள் எட்டிப் பார்த்துவிடும். இன்னும் மூணு நாள்தான், இரண்டு நாள்தான், நாளைக்கி ஒருநாள்தான் என்று எண்ணிக்கொண்டே சனி இரவைக் கடந்து ஞாயிறு பிறக்கும்போது, வழக்கத்திற்கு மாறாக சீக்கிரமே முழித்திருப்பான்.

அன்று ஞாயிற்றுக்கிழமை. விடிந்ததும் பல் துலக்கி, குளித்து முடித்து, அம்மாவின் கல்லு இட்லியை சமத்தாக சாப்பிட்டான். சட்டையை மாட்டினான். அம்மா இவனை ஓரப்பார்வையில் பார்த்துக்கொண்டிருப்பது தெரிந்தது.

'என்ன துரை எங்கே கிளம்பிடீங்க...' என்றாள்.

மலங்க விழித்தான் அப்பு. புரிந்து போனது அவளுக்கு.

'போ... அந்த கிழவிகிட்டே வாரம் ஒருநா திட்டு வாங்காட்டி உனக்கு இன்னைக்கு பொழுது கழியாது. கண்ணு தெரியாதவ. யாருமில்லாதவ. துணைக்கு நாமதானே பக்கத்துல இருக்கோம். நல்லது கெட்டதுக்கு நான்தானே ஓடணும். அதுவும் கொள்ளுபேரன்னு நீ ஒருத்தந்தானே இருக்கே... அந்த நெனப்பு கிழவிக்கு இருந்தாதானே... போன மாசம்தானே உன்னை முருங்கை குச்சியை வச்சி அடிச்சா. வலி விட்டுபோனா இப்படிதான் போவே... போ...' என்று ஆரம்பித்துவிட்டாள். அவளுக்கு சின்ன பாட்டிதான் அந்த கிழவி. ஆனாலும் பாசமற்றவள் என்பது இவளின் நெனப்பு.

அப்பு ரோட்டைத் தொட்டான். படகுகார் ஒன்று சர்ரென்று அவனைத் தாண்டியது. புழுதி முகத்தில்

அறைந்தபோது லேசாக சிரித்தான். ஒருநா அந்த வண்டிக்குள்ளே உட்கார்ந்து சீனி நெல்லிக்கா சாப்பிட்டுகிட்டே போணும்னு நினைத்தான்.

தெரு திரும்பும் முனையில் கொஞ்சம் பெரிதாய் அந்த காரை வீடு உட்கார்ந்திருந்தது. வேலியிட்டு படலிடப்பட்டு இருந்தது. அதை பிடித்துக்கொண்டு நின்றான். உள்ளே ஐந்து நெல்லிக்காய் மரங்கள் நிமிர்ந்து நின்றன. ஒன்று மட்டுமே அர நெல்லிக்காய். மற்றதெல்லாம் சீனி நெல்லிக்காய்.

அப்புவுக்கு அர நெல்லிக்காய் பிடிப்பதில்லை. சாப்பிடும்போது புளிக்கும். தண்ணிக் குடிச்சா இனிக்கும். அவனுக்கு சாப்பிடும்போதே இனிக்கும் சீனி நெல்லிக்காய்தான் பிடிக்கும். குட்டி பூசணி மாதிரி பாகம் பிரித்து இளம் பச்சை நிறத்தில் இருக்கும். நினைத்தவுடன் தின்னும் ஆசை வந்தது.

மெதுவாய் படலைத் திறந்தான். வராந்தாவில் ஆச்சி உட்கார்ந்திருந்தாள் தலைவிரித்து போட்டு சினுக்கோலிகொண்டு சிக்கெடுத்துக்கொண்டிருந்தாள். வெள்ளை நிற சேலையில் இன்னும் வெள்ளையாய் இருந்தாள். அப்புவுக்கு அவளை ரொம்ப பிடிக்கும். அடித்தாலும் சில நேரங்களில் உடம்பு முழுவதும் தன் கை கொண்டு தடவிப்பார்த்து, 'கணேசன் மவன் இம்புட்டு வளந்துட்டியா...' என்பாள்...

சத்தமில்லாமல் திறந்தும், படலின் சிறு அசைவு அவள் காதுக்கு கேட்டுவிட்டது.

'லலிதா...' என்றாள்.

'என்ன ஆச்சி...' என்றபடி பின்வாசல் பக்கமிருந்து ஈரமான கைகளைத் துடைத்தபடி ஓடிவந்தாள் வேலைக்கு இருக்கும் லலிதாக்கா. இவனைக் கண்டதும் கண் விரிய சிரித்தாள்.

'யாரோ படல திறந்தாங்க... பாரு...' என்றாள். லலிதா அதற்கு, 'யாருமில்ல ஆச்சி... காத்து...' என்று சொல்லிவிட்டு இவனை இழுத்துக்கொண்டு போய் துணி துவைக்கும் கல்லில் தூக்கி உட்கார்த்தினாள்.

'பரீட்சை முடிஞ்சிதா...'

'ஆமாக்கா...'

நீண்ட சடையின் முடிவில் அழகாய் ரோஸ் கலர் ரிப்பன் கட்டியிருந்தாள்.

'அக்கா... எனக்கு இது வேணும்...' என்றான்.

'ரிப்பனா... பொம்பள பிள்ளையாடா நீ...' என்று சிரித்தாள்.

சிரிக்கும்போது அவளின் பெரிய பல்லெல்லாம் வரிசையாய் சிரித்தது. உடனே ரிப்பன் அவிழ்த்துக் கொடுத்தாள் அவனிடம். வாங்கித் தடவிப் பார்த்தான். வழுவழுப்பாய் இருந்தது. அம்மா தலையில் ரிப்பன் பார்த்ததில்லை. போனவுடன் அவளுக்கு கட்டிவிடவேண்டும் என்ற நெனப்பு வந்தது.

'நெல்லிக்காவுக்கு தானே வந்தே... பறிச்சுத் தரேன்...' என்றவள், சுவரில் சாற்றியிருந்த தொரட்டி கம்பை எடுத்து, சிறு கொப்பு ஒன்றை உலுக்கினாள். நெல்லிக்காய் கொட்டியது. அப்பு ஒன்றிரெண்டை எடுத்து வாயில் போட்டுக்கொண்டான். பிறகு, எல்லாவற்றையும் வேகம் வேகமாய் எடுத்து டிரவுசர் பாக்கெட்டுக்குள் போட்டான். 'கூடை கூடையா மார்க்கெட்டுக்கு போகுது. ஆனா உனக்கு கொடுக்க உங்க ஆச்சிக்கு மனசில்ல...' என்று புலம்பிக்கொண்டிருந்தாள்.

'நான் வரேன்க்கா...' கிளம்பினான் அப்பு.

'இரு அப்பு... நா வாரேன், படலைத் திறக்க... இல்லேன்னா ஆச்சி கண்டுபிடிச்சிரும்.'

கிழவி இன்னமும் வராந்தாவிலேயே அமர்ந்திருந்தாள். படலின் அருகே வரும்போது, டிரவுசரின் ஒருபக்கப் பை கிழிந்து நெல்லிக்காய்கள் சிமெண்ட் தரை எங்கும் தடதடத்து சிதறின. இருவரும் மூச்சு விட மறந்தார்கள். ஆச்சி இருமினாள். அப்புவுக்கு அன்று மாதிரி அடித்துவிடுவாளோ என்று பயமாக இருந்தது.

கிழவி மேல் ஒரு கண்ணும் நெல்லிக்காய்களின் மேல் ஒரு கண்ணுமாக அவசரமாக விழுந்தவைகளைப் பொறுக்கி எடுத்தான். லலிதா படல் திறக்க, பறந்து ஓடிப்போனான். இவள் படபடக்கும் நெஞ்சுடன் மெதுவாக படலைச் சாத்தினாள்.

'என்ன சத்தம் கேட்டது?... மறுபடியும் காத்தா?... அதுவும் டிரவுசர் போட்ட காத்தா...' எனச் சொல்லி சத்தம் போட்டு சிரித்தாள் கிழவி. லலிதாவுக்கு பதில் வரவில்லை.

~ சூரியக்கதிர் , டிசம்பர் 2014

வோல்கா

நாலைந்து நாட்களாகவே அவனுக்கு வயிற்று வலி. அலுவலக நண்பர்கள் எல்லாம் அவனை வைத்தியரிடம் போகச் சொன்னார்கள்.

ஒரு பெரிய தார் சாலையில், உடைந்து போன ஒரு கட்டிடத்தின் ஒரு முடுக்கில் இடுக்கிக்கொண்டு இருந்தது அவரின் அறை. ஒரு சிறிய பெயர் பலகை நிறைய பட்டங்களையும் ஊர்களையும்கொண்டிருந்தது. வரிசையாக நாற்காலிகள் ஒட்டியிருந்தன. அங்கு அமர்ந்திருந்தவர்களின் முகங்களில் எமதர்மராஜா வந்து நேரில் அழைப்பதுபோல் கவலை அப்பியிருந்தது. அவர்களின் சோகம் இவனையும் இவன் வயிற்றுவலியையும் இன்னும் அதிகப்படுத்துவதாகத் தோன்றியது.

உள்ளே போனவனை அவர் படுக்க வைத்து அவனின் வயிற்றை ஏதோ கொட்டு வாத்தியம் போல் தட்டிப் பார்த்தார். பெயர் வாயில் நுழையாத பெரிய புழு ஒன்று அவனின் வயிற்றுக்குள் இருப்பதாகச் சொன்னார்.

மேஜையில் வைத்திருந்த கண்ணாடி குப்பிகளில் ஒன்றை மட்டும் எடுத்து குலுக்கி உள்ளங்கையில் ஒரு மாத்திரையைக் கொட்டி அவனிடம் நீட்டினார். அதை சாப்பிட்டால் அந்த புழு செத்து வெளியே வரும் என்றும் அன்றிரவே அதை சாப்பிட வேண்டும் என்றும் சொன்னார். இல்லையெனில் அந்த புழு பெரிதாகி ஆசனவாயை அடைத்துவிடும் என்று பயம் காட்டி அனுப்பிவிட்டார்.

டாக்டரைப் பார்த்துவிட்டு வந்ததில் இருந்து அந்த பெரிய புழு தன் கண்களை உருட்டி நாக்கை நீட்டி அவனை முழுங்கப் போவதுபோல பாவனை காட்டுவதாகத் தோன்றியது. அவன் வயிற்று பகுதி

முழுதும் பெரிய ரஷ்ய நாடு மாதிரியும் அந்த புழு அதுக்குள்ளே ஓடும் நீண்ட நதி மாதிரியும் அவனுக்குத் தோன்றியது. அப்போதுதான் அவனுக்கு அதற்கு ஒரு பெயர் வைக்கும் யோசனை வந்தது. வோல்கா நதியின் ஞாபகம் வந்தது. பெயர் சூட்டினான் அந்த புழுவுக்கு வோல்கா என்று.

வீடு திரும்ப பேருந்தில் ஏறி அமர்ந்தான். பேருந்தின் குலுக்கலுக்கு வயிறு வலித்தபோது வோல்கா உள்ளிருந்து தன்னைக் கடிப்பதாய் நினைத்துக்கொண்டான்.

வீட்டுக்குச் சென்றவுடன் மாத்திரையை சாப்பிட எடுத்தான். வாயில் போடும் முன் அவனுக்கு ஒரு பயம் வந்தது. அவர் கூறிய மாதிரி இறந்து வெளி வந்தால் சரி. அப்படியில்லாமல் உயிரோடு வெளியே வந்தால் என்ன செய்யும்... அது மிகப் பெரிய புழு என்று சொன்னாரே... வெளியே வந்து தன்னை சாப்பிட்டுவிடுமோ என்றும் நினைத்து குழம்பிப் போனான்.

பயந்துபோய் அன்று மாத்திரையை சாப்பிடவில்லை. மறுநாளும் மாத்திரை எடுத்துக் கொள்ளவில்லை. இப்படியாக ஐந்து நாட்களாய் பயத்தினால் வோல்காவுடன் சங்கடத்துடன் அவனால் வாழ நேரிட்டது.

இரவுகளில் புரண்டு படுத்தபோது அது தன் பக்கத்தில் படுத்திருப்பதாய் நினைத்து வெடவெடத்துப் போய் எழுந்தான். பகல் முழுவதும் அப்படியே அதனுடன் குடித்தனம் நடத்தினான். சவரம் செய்யும்போது லேசாய் ஏற்பட்ட கீறலுக்கு அது வயிற்றுக்குள் இருந்து தன்னை எட்டிப் பார்த்து ஏளனச் சிரிப்பு சிரிப்பதாய் நினைத்தான்.

அவன் குனிந்து எதையாவது எடுத்தால் தன்னை நசுக்குவதாக ஒரு கடியுடன் அவனிடம், புகார்கூட செய்தது, சில சமயங்களில். அந்த ஐந்து நாளும் அவனும் வோல்காவுமாய் உண்டு உறங்கி வலியுடன் வாழ்ந்து வந்தார்கள்.

சாப்பிடும்போது மட்டும், பழைய படங்களில் வரும் பூதத்தின் வாயை போல் திறந்து வைத்து இவன் சாப்பாட்டை அது முழுங்க வயிற்றுக்குள் காத்திருப்பது தெரிந்தது. தன் உணவை அதனுடன் பகிர்ந்து கொள்ள அவனுக்கு பிடித்தமில்லை. லேசாய் கோபம் எட்டிப் பார்த்தது அவனுள்.

சாப்பிடுவதை நிறுத்திவிட்டான். காப்பி வேண்டாம் என்றான். டீ வேண்டாம் என்றான். அலுவலகத்தில் அனைவரும் அவனை அதிசயமாய் பார்த்தார்கள். ஒருத்தரிடமும் காரணம் சொல்ல

அகிலா ☆ 11

விருப்பமில்லை. ஒரு புழு தன்னை பாடாய் படுத்துவதாகச் சொன்னால் கைகொட்டிச் சிரிப்பார்கள் என்று எண்ணினான். அதனால் யாருடனும் பேச்சு வைத்துக் கொள்வதில்லை.

அவனின் முதுகுக்குப் பின்னால் குசுகுசுவென்று பேசினார்கள். புதிதாய் காதலி கிடைத்திருப்பாள் என்று பேசினார்கள். அவன் முட்டுச்சந்தில் இருக்கும் வேசி வீட்டுக்குப் போய் வந்திருப்பான் என்றும்கூட சொன்னார்கள். அவன் கண்டுகொள்ளாமல் இருந்தான்.

ஆனால் வோல்காவோ அவனை விடுவதாக இல்லை. அவனுடைய சாப்பாட்டையும் சாப்பிட்டு அவன் வயிற்றின் சுவர்களையும் கடித்து வலிக்க வைத்தது. அவனுக்கு பிடிக்காத அதனின் இந்த வேலையை மட்டும் பிடிவாதமாய் செய்துக்கொண்டிருந்தது. நாளாக நாளாக அவன் இரத்தத்தை அவனுக்கே காட்டியது.

அன்றிரவு அதை கண்டிப்பாக ஒழித்துவிட வேண்டும் என்பதில் உறுதியாய் இருந்தான். சாப்பிடும் முன் மாத்திரையை எடுத்து முழுங்கினான். சந்தோஷமாய் இங்கும் அங்கும் உலவினான்.

இரவில் வயிறு சத்தமிட்டுக்கொண்டிருந்தது. அவனுக்கோ, 'ஏய் முட்டாள், மாத்திரையை ஏன் சாப்பிட்டே... நான் இறந்தால் உனக்கு அந்த பாவம் வந்து சேரும்...' என்று வோல்கா உள்ளிருந்து ஓலமிடுவதாகவேபட்டது. 'என் உணவை நீ பிடுங்கலாமா?' என்று அதனுடன் சண்டையிட்டான். நிம்மதியற்று தூங்கிப் போனான்.

காலையில் அது இறந்துபோன துக்கசெய்தியை உணர்ந்தான். சந்தோஷமாய் சவரம் செய்தான். குளித்து சட்டை மாற்றினான். சாப்பிட உட்கார்ந்தான். இருந்தும் ஏதோ ஒன்றை தொலைத்துவிட்டு தான் மட்டும் சந்தோஷமாய் இருப்பதாக உணர்ந்தான்.

அவன் உணவை சில நாட்களாய் பகிர்ந்துகொண்டிருந்த வோல்கா இப்போது இல்லாதது அவனுக்கு ஏதோ போல் இருந்தது. சாப்பிடாமலே எழுந்தான். அதை கொன்றுவிட்டு நாம் மட்டும் சாப்பிடுகிறோமே என வருத்தப்பட ஆரம்பித்தான் அந்த நிமிடத்திலிருந்து. கறுப்புநிற சட்டைக்கு மாறினான்.

இன்று முழுவதும் இறந்து போன வோல்காவிற்காக உண்ணாவிரதம் இருக்க முடிவு செய்தான். அலுவலகத்தில் இன்றும் அவனை ஒருமாதிரியாக பார்த்தார்கள்.

* * *

அகாலம்

அந்த அரங்கம் நிறைந்து குழந்தைகளும் பெற்றோர்களும் காணப்பட்டனர். மைக்கைப் பிடித்து பேசிக்கொண்டிருந்த அந்த மனிதரின் முகம் பக்கவாட்டில் தெரிந்தது. வயது நாற்பதை தாண்டியிருக்கும். தலைமுடி நரைத்து, முகம் முழுவதும் வாழ்க்கை போட்ட கோடுகளுடன் ஐம்பதுக்கும் அதிக வயதாய் தெரிந்தார்.

குளிர்ந்திருந்த இந்த கோவை நகரத்தின் காலையிலும் வியர்வை துளிகள் காதுகளின் பக்கம் வடிந்துகொண்டிருந்தன. பேசப் பேச கண்ணீர் துளிகளும் அவற்றுடன் சேர்ந்துகொண்டன. துடைப்பதற்கான எந்த முயற்சியும் செய்யாமல் நரம்புகள் புடைக்க பேசிக்கொண்டிருந்தார்.

மேடையில் அவருக்கென்று நாற்காலி ஏதும் போட்டுக் கொள்ளவில்லை. நின்றுகொண்டே குழந்தைகளை வரிசைப்படுத்தி, வந்திருந்த முதன்மை கல்வி அதிகாரியிடம் பரிசு வாங்க அனுப்புவதும், ஒவ்வொரு குழந்தையின் ஏழ்மை நிலையையும் இல்லாமையையும் அவர்களை அதிலிருந்து மீட்டெடுத்து படிக்க வைப்பதற்காக தான் எடுக்கும் முயற்சிகளையும் நா தழுதழுக்க சொல்லிக்கொண்டு இருந்தார்.

பேச்சில் பெரிய வித்தகராகவும் இல்லை. அமிழ்ந்த குரலில் சற்று கரகரப்பாய் பேசினார். அந்த பேச்சில் கபடமில்லை. அவர் பேசும்போது அதில் சம்பந்தப்பட்ட அந்த பெண்பிள்ளையோ ஆண்பிள்ளையோ சிறு விசும்பலுடன் அவர் சொல்லும் உண்மையை கண்ணீரால் கன்னம் நனைய அவர் முகம் ஏறிட்டுப் பார்த்துக்கொண்டிருக்கிறது.

இடையிடையே பெரிதாய் ஆமோதித்து ஒரு தலையாட்டல். அவர் மனம் கரைந்து மௌனிக்கும் நேரத்தில் அந்த பிள்ளைகள் எடுத்துக் கொடுத்தார்கள் வார்த்தைகளை அவருக்கு. இப்படி ஒவ்வொரு குழந்தைக்குள்ளும் அந்த மனிதர் இருந்தார். மேடையில் பேசும் பொய்மைகளுக்கு இடையில் தன்னலம் இல்லாமல் இது என்ன சேவை. ஆச்சரியமாய் பட்டது.

கசங்கிய ஒரு கதர் சட்டையுடன் பதைபதைப்பாய் அவரின் தேகம். ஒரு சாதாரண பேண்ட், ரப்பர் செருப்பு, சட்டையிலிருந்த பாக்கெட்டில் துருத்திக்கொண்டிருந்த நிறைய துண்டு தாள்கள், ஒரு பேனா, நெற்றி நிறைய விபூதி இவ்வளவுதான் வேலாயுதம்.

'நீ படிச்சு பெரிய மனுஷனாகி உன்னைபோலப் பட்டவங்களுக்கு திருப்பிச்செய்யணும்' என்பதையே மந்திரமாய் சொல்லிக்கொண்டிருந்தார். குழந்தைகள் அவரையே வியப்பை விரிப்பாக்கிப் பார்த்துக்கொண்டிருந்தன.

விழா முடிந்தவுடன் விழாவைச் சிறப்பித்த எல்லோரையும் சற்று அமரச்சொல்லிவிட்டு, குழந்தைகளை மட்டும் சாப்பாட்டு ஹாலுக்குள் அழைத்து சென்று அமர வைத்துவிட்டு வந்தார். எல்லோரிடமும் அதே பரபரப்பு மாறாமல் பேசிக்கொண்டிருந்தார்.

இடைவிடாத நினைவுகள் இவ்வேழை குழந்தைகளையே சுற்றிக்கொண்டிருப்பது சாத்தியமா. அவருக்கென்று குடும்பம் இல்லையா. அவர்கள் எவ்வாறு இவரின் இத்தவிப்பைப் பார்க்கிறார்கள் என்று கேள்விகள் விடாது துரத்தியது என்னுள்.

இத்தனை பரபரப்புக்கும் பின்னணியாய் எங்காவது தோற்றிருப்பாரா என்றும்கூட யோசித்தது மனசு. அதையே அவர் முன் கேள்வியாக்கினேன்.

'ஆம், என் பால்யத்திடம். ' என்றார் வேலாயுதம். எதிர்பார்த்ததுதான்.

பசி, பசி எப்போது பார்த்தாலும் பசி. குடித்து முடிந்துப்போன தகப்பன், இருமலும் கட்டிடவேலையுமாய் தாய், தனக்குப்பின் சோற்று உருண்டைக்காக வாய் திறக்கும் இரண்டு உயிர்கள். இவ்வளவுக்கும் இடையில் படிப்பின்மீது கொள்ளை பிரியம் இருந்தது வேலாயுதத்திற்கு.

'ஈர மண்ணு... படிச்சி... என்ன பண்ணப்போறீங்க துரை... வெளக்குமாத்துக்கு பட்டுக்குஞ்சமா... ஒழுங்கா எங்கூட வந்து

வேலையைப்படிச்சா, சீக்கிரம் மேஸ்திரி ஆயிரலாம்.' இது அவனோட லட்சுமியம்மா.

தங்கச்சியை தையல் வேலைக்குகொண்டு விட்டுருச்சு அம்மா. தம்பி சின்னவனாதலால் பள்ளிக்கூடம் போய்க்கொண்டிருந்தான். ஆனால் வேலாயுதம் பிடிவாதமா இருந்தான், என்ன ஆனாலும் படிப்பை மட்டும் விடக்கூடாதுன்னு. இதுக்காகவே அடிவாங்குவான் லட்சுமியிடம். ரொம்ப கோபம் வந்து, ஒரு தடவ லட்சுமி அவனோட நோட்டு, புக்கு எல்லாத்தையும் கிழிச்சு போட்டுவிட்டாள். அவனை இழுத்துக்கிட்டு போய் வேலைக்காக மாணிக்க நாடார் கடையில விட்டு விட்டாள்...

நாடாருக்கு ஊர் ஊரா சுத்துற வேல. நாடார் வீட்டம்மாதான் கடையில இருக்கும். அதுக்கும் முடியலன்னு ஆள் கேட்டிருக்கார். அங்கேயும் போய் இவன், 'நானு படிக்கணு' ம்னு சொன்னான். அவரும் பரிதாபப்பட்டு, 'சரி, பள்ளிக்கூடம் முடிஞ்சதும், இங்கே வந்துரனும். கடை மூடுற ஒம்போது மணி வரைக்கும் இங்கேதான் இருக்கணும்' ன்னு சொல்லிட்டார்.

இப்படியே இரண்டு வருஷம் ஓடி, படிப்பு முடிஞ்சு, பாலிடெக்னிக் சேரணும்னு போராடி சேர்ந்துட்டான். அம்மாவின் ஏச்சும் பேச்சும் அதிகமாகிப்போச்சு. 'முழு நேரமும் வேலைக்கு போய் சம்பாதிச்சா, சுதாவைக் கட்டிக்கொடுக்க வசதியா இருக்கும். புத்தில ஏறுதா இந்த நாயிக்கு...' ன்னு வாய்க்கு வந்தபடி எல்லாம் பேசிப்பார்த்தாள். அவன் பிடிவாதமாய் படித்தான். கோபம் வந்தால், இருக்கிற ஒண்ணு இரண்டு பாத்திரத்தையும் ஆத்திரத்துல தூக்கி வீசுவாள். தங்கச்சி தம்பி எல்லாம் சிரிக்கும். இவன் மட்டும் அசரவே மாட்டான்.

எல்லாம் முடிச்சு காண்ட்ராக்டர் ஆயிட்டான். சம்பாத்தியமும் நல்லாவே இருந்தது. இப்போ லட்சுமியம்மாவுக்கு விடிவுகாலம் பிறந்துருச்சுன்னு மனசுக்குள்ளே தோணுச்சு. அப்போதான் புதுசா லட்சுமி அம்மாவுக்கு கோபம் வருகிற மாதிரி ஒரு வேலை செய்தான்.

கிடைக்கிற வருமானத்தில் பாதியை பக்கத்து நகராட்சி பள்ளிக்கூடத்துல படிக்கிற பாவப்பட்ட பிள்ளைகள் படிப்புக்காக செலவு செய்ய ஆரம்பித்தான். பை, பென்சில், பேனா, நோட்டு புக்கு வாங்கிக் கொடுத்து அவங்களை படிக்க அனுப்பிக்கொண்டிருந்தான்.

பிள்ளைகளை வேலைக்கு அனுப்பிக்கொண்டிருந்தவர்கள் எல்லாம் லட்சுமியிடம் வந்து இவனைப் பற்றி புகார் பட்டியல்

வாசிக்கத் தொடங்க, பெரிய பையன் என்றும் பார்க்காது, எப்போதும் போல் தொடப்பக்கட்டையாலேயே அடித்து வெளுத்து விட்டாள். அப்படியும் அவன் நிப்பாட்டலை.

பக்கத்துல இருக்கிற பாண்டியாத்தா இவளிடம், ‘உன் பையன் நிறைய சம்பாதிக்கிறான். இப்படி இதுகளை எல்லாம் செலவு செய்து படிக்க வச்சு என்ன காணப்போறான். இப்படியே விட்டுறாதே. அவன் கையில காசு இருந்தாதானே செய்வான். பொண்ணு கல்யாணத்துக்கு நகை செய்யணும்னு அழுது புலம்பி வாங்கி பொண்ணை சீக்கிரம் கட்டிக்கொடுத்துரு’ என்று யோசனை சொல்லிக்கொடுத்தாள்.

லட்சுமியும் அப்படியே அவன் காதுல போட, தலையாட்டிட்டு போனவன், ஒரு வாரம் கழித்து, ஒரு பத்திரத்தை கையில கொடுத்தான். இவ, இது என்னன்னு கேட்க, ‘தங்கச்சி கடை வைக்க டவுனுலே இடம் பார்த்துட்டேன். அட்வான்ஸ் கொடுத்தாச்சு. தையல் மிஷின் மூணு சொல்லிட்டேன். இன்னும் இரண்டு பேரை சேர்த்துக்கிட்டு, அது போய் உட்கார்ந்து தொழில் செய்ய வேண்டியதுதான்’ என்றான். ‘அட... விளங்காதவனே...’ என்ற புலம்பலுடன் அப்படியே இடிஞ்சு போய் உட்கார்ந்துட்டாள்.

அவன் தங்கச்சி சுதாவும் தனியே கடை போட்டு உட்காரவா, நமக்கு என்ன அப்படி தெரியும்னு அசந்துபோயிட்டாள். இவன் விடல. அவளை உட்கார வச்சு, தினமும் போய் பார்த்து, தைரியம் பேசி, நாலு பேர்கிட்டே அவளை அறிமுகப்படுத்தி வச்சிட்டுதான் மறுவேலையே பார்த்தான்.

இன்னைக்கு இன்னும் இரண்டு கடை போட்டு, அவ, அவ வீட்டுக்காரர், பிள்ளைகள்னு சந்தோஷமா நல்ல நிலைமையில இருக்கிறாங்க. தினமும் இவன் புராணம்தான் அவளுக்கு. அவனைப்போலவே, வருமானத்தில கொஞ்ச காசை ஏழை பிள்ளைகளுக்கு படிப்புக்காக கொடுத்துடறா அவன்கிட்டே.

வேலாயுதத்தின் தம்பி பொறியியல் படிக்கிறேன்னு சொன்னான். இவன் ஒரே வரிதான் சொன்னான். ‘படி, ஆனால் சம்பாதிக்கத் தொடங்கியதும் திருப்பி கொடுக்கணும் சமுதாயத்துக்கு.’ இன்னைக்கு அவனும் நல்லாயிருந்து, நாலு பிள்ளைகளுக்கு பள்ளிக்கூட செலவுகளைச் செய்துகிட்டு இருக்கான். அவனுக்கும் கல்யாணத்தை முடிச்சு வச்சுட்டான் வேலாயுதம்.

வேலாயுதம் மட்டும் இன்னும் அம்மாகூடத்தான். லட்சுமி அம்மாவும் கல்யாணம் கட்டிக்க சொல்லிப்பார்த்துட்டாள்.

வேண்டாம்னு சொல்லிட்டார். ஊருல இருக்கிற பாவப்பட்ட பிள்ளைகளுக்கே சோறு தண்ணி சரியா கிடைக்கிறது இல்ல, இதுல நான் வேற ஜனத்தொகையைப் பெருக்கணுமான்னு முணுமுணுத்துக்கொண்டே நகர்ந்துவிடுவார்.

அம்மாவுக்கென்று ஏதாவது செய்ய நினைத்து, வீட்டை செப்பனிட்டு அறையெல்லாம் மாடியில் போட்டுக்கொடுத்தார். இப்போ புதிதாய் ஒரு சாப்பாட்டு கடையும் ஆரம்பித்து, தினமும் செய்றதுல பாதியை அனாதை இல்லங்களுக்கு இலவசமாக கொடுத்துக்கிட்டு இருக்கிறார். இதன் முழு பொறுப்பும் லட்சுமி அம்மாகிட்டேதான். சமையல் வேலை செய்பவர்களை அதிகாரம் பண்ணிக்கொண்டு சௌகரியமாக இருக்கத்தான் செய்கிறாள். ஆனாலும் புலம்புவதைக் குறைத்துக்கொள்ளவில்லை.

'மாடியில ஓடு வழியா மழை தண்ணி ஒழுகுது. கட்டில தள்ளி போட்டு படுக்க வேண்டியதாயிருக்கு. எத்தனை தடவை சொன்னாலும் காதுலே வாங்கமாட்டேங்குறான். என்னைக்கு என்னிய பத்தி கவலைப்பட்டிருக்கான். வந்து பொறந்த மூணுமே சரியில்ல. இத்தனை சம்பாத்தியத்துக்கு நா மச்சு வீட்டுல இருந்திருக்கணும். பெரியாத்தா மக தங்கம்மா பெரிய வீடு கட்டி, ஏசி எல்லாம் வச்சு சுகமா இருக்கா. நான் இன்னும் அடுக்களையில அரசாட்சி பண்ணிக்கிட்டு இருக்கேன்.' லட்சுமியம்மாவின் இந்த புலம்பல் அவரின் கீழ் வேலை பார்க்கும் எல்லோருக்கும் பரிச்சயம்.

முன்கட்டில் படிக்கட்டில் அமர்ந்து, வேலாயுதம் சொல்லிக்கொண்டிருந்தார்,

'இந்த தீபாவளிக்கு நம்ம ஊரு பாவப்பட்ட பிள்ளைகள் எல்லாத்துக்கும் துணி எடுத்துக்கொடுக்கணும்.'

'செலவு அதிகமாகும்ணே...' என்று ராசுவும்,

'மழைக்காலம் வேறையா, அம்மா வேற பாவம்ணே, ரூம்ல ஒழுகுதுன்னு புலம்புது.' என்று செந்திலும் இழுத்தார்கள்.

அவர்களை ஏறெடுத்து பார்த்து, 'அம்மா புலம்புறத எல்லாம் கண்டுக்கவேணாம். எவ்வளவு பெரிய அறை அது. கட்டில கொஞ்சம் தள்ளிப்போட்டு படுத்துக்கும். வீடும் அறையும் கட்டிலும் இல்லாமத்தானே இருந்தோம் ஒருகாலத்துல. இன்னைக்கு இவ்வளவு இருக்கே. இதுவும் இல்லாதவங்க எத்தனை பேரு. ஆசை இருக்கலாம். பேராசை இருக்கக்கூடாது. சரி, இந்த மாசத்துல இருந்து பிள்ளைங்களுக்கு துணியெடுக்க காசு ஒதுக்குவோம்,

அகிலா ☆ 17

சமாளிப்போம். இல்லே இருக்கிறவங்ககிட்டே கையேந்துவோம். நானும் கிளம்புறேன்.' என்று சொல்லி கிளம்பியவர், உள்ளே திரும்பி லட்சுமியம்மாவைப் பார்த்தார்.

'வரேம்மா. எதையும் திருப்பிக் கொடுக்கிறவன்மா நான். உனக்கு செய்யாமல் இருக்கமாட்டேன். செய்றேன்மா...' என்று சிறிதாய் ஒரு சிரிப்புடன் சொல்லிவிட்டு நகர்ந்தவரை உள்ளிருந்து பார்த்துக்கொண்டிருந்தாள், இந்த புள்ள காலமில்லாத காலத்துல என் வயித்துல வந்து முளைச்சுருக்குமோ என்கிற யோசனையுடன்.

~ காற்றுவெளி, நவம்பர் / ஐப்பசி 2016

பன்னீர் பூக்கள்

திருப்பிப் பிடித்த மரகரண்டியால், புட்டு குழலில் இருந்த புட்டை சுஜி அவசரமாய் தள்ளிக்கொண்டிருந்தபோது, மொபைல் சிணுசிணுக்கத் தொடங்கியது. புட்டை எடுத்து மூடி வைத்துவிட்டு வந்து போனை எடுப்பதற்குள் அது நின்றுவிட்டிருந்தது.

யாரென்று எடுத்து பார்த்தால், ராம் அம்மா. இவ்வளவு காலையில் எதுக்கு கூப்பிட்டாங்க என்று நினைத்தபடி அவங்களுக்கு கால் செய்தாள் சுஜி.

போனை எடுத்தவுடன், 'ப்ரவீன் அம்மா, நம்ம நிர்மி அப்பா இறந்துட்டாங்க. தூக்கத்திலேயே உயிர் போயிட்டாம். நான் கிளம்பிட்டேன். நீங்க எப்போ வரீங்க?' என்று அவங்க சொல்லிகிட்டே போக, அதிர்ந்துவிட்டாள் சுஜி.

சன்னலின் வழியே பார்வை சென்றபோது, முற்றத்து பன்னீர் மரம் பூக்களுடன் காற்றுக்கு ஆடிக்கொண்டிருந்தது. அதை கடந்து செல்பவர்கள், 'மணக்கிறது...' என்று சிலாகித்துச் சென்றார்கள். இவளுக்கு மட்டும் அதன் மணம் எப்போதாவதுதான் நாசியைத் தொடுகிறது.

அடுப்படிக்குள் மறுபடியும் நுழைந்தபோது, மூன்று நாட்களுக்கு முன் அந்த மனிதர் இதே இடத்தில், கைகளை ஆட்டி பேசிக்கொண்டிருந்தது நினைவுக்கு வந்தது. மூடியிருந்த சமையல் அலமாரியை ஒவ்வொன்றாய் திறந்து பார்த்து, 'உள்ளேகூட அழகா அடுக்கி வச்சிருக்கியேம்மா...' என்று அதிசயப்பட்டது கண்முன் விரிந்தது.

அவர் ஓர் அருமையான மனிதர். ஒரு நாளும் இல்லாத திருநாளாய் அன்று இவள் வீட்டுவாசலில் வந்து இறங்கியவரை, 'வாங்கண்ணா...' என்று வாய்

நிறைய வரவேற்றாள். 'வண்டியைத் திருப்பி நிப்பாட்டு. இப்போ வந்துடறேன்' என்று டிரைவரிடம் சொல்லிவிட்டு உள்ளே நுழைந்தார் அவர்.

அவர் மனைவிதான் அவர்களின் பிள்ளைகள் திருமண அழைப்பிதழ் வைப்பதற்காக இரண்டு முறை வந்திருக்கிறார்கள். இவர் வருவது இதுதான் முதல் தடவை. அவரின் ஆறடி உயரம் அப்படியே இருந்தது இப்போதும். இவரைப் பார்க்கும் போதெல்லாம் பழைய நடிகர் எஸ் வி ரங்காராவ்ததான் சுசியின் நினைவில் வந்து செல்வார். ஆஜானுபாகுவான பருத்த பெரிய உடல், இப்போது மெலிந்து துரும்பாகியிருந்தது. அந்த முகத்தில் சிரிப்பு மட்டும் இன்னும் மெலியாமல் இருந்தது.

உள் நுழைந்தவர், 'ராஜன் எங்கே, வேலைக்கா?, ப்ரவீன் எப்படியிருக்கான், யு ஸ் பிடிச்சிருக்கா அவனுக்கு...' என்ற கேள்விகளை தொடுத்துவிட்டு பதிலுக்காய் காத்திருக்காமல், வரவேற்பறை முழுவதையும் அதிசயத்தைப் பார்ப்பது போல் பார்வையிட்டார்.

'ஹோம் தியேட்டராம்மா இது...' என்று பெரிய டிவியைப் பார்த்து கேட்க, அவள் இல்லையென்று பதில் சொல்லும் முன், அறையின் மூலையில் இருந்த சிறிய பவுண்டன் முன் நின்று அதை ஆராய்ந்து கொண்டிருந்தார்.

அவர் வீட்டின் வரவேற்பறை இதைவிட பெரிதாகவும் அழகாகவும் இருக்கும் என்பது இவளுக்கும் தெரியும். ஒரு முறை சுஜியும் சுகன்யா அம்மாவுமாக அங்கே போனபோது, அவரின் மனைவியே பேசிக்கொண்டிருந்தார்கள். இவரைப் பேச விடவேயில்லை. ஒரு மூலையில் போட்டிருந்த சோபாவில் அமர்ந்து டிவியை மியூட்டில் வைத்துப் பார்த்துக்கொண்டிருந்தார் அந்த ஒரு மணி நேரமாக. வீட்டுக்கு வந்து ராஜனிடம் புலம்பி புலம்பி ஓய்ந்து போனாள் இப்படி ஒரு அடிமை மாதிரி ஆகிவிட்டாரே என்று. அன்று சிரிப்பு என்பதே அந்த முகத்தில் இல்லை. இன்று அந்த முகம் சற்று மாறியிருப்பது போல் தோன்றியது சுஜிக்கு.

முன் அறையில் ஈஸி சேர் போடவேண்டாம் என்ற தன் கோரிக்கையை நிராகரித்து, தன கணவர் ராஜன் போட்டு வைத்திருந்த ஈஸி சேரின் அருகில் சென்று, தொட்டுப் பார்த்து அதில் அமர்ந்து ஒரு சில வினாடிகள் கண்களை மூடிக்கொண்டார். முகம் கொள்ளா சந்தோஷம் தெரிந்தது அந்த மௌன நிலையில். இவளுக்கு என்ன செய்வது என்பதே தெரியவில்லை. இத்தனை சோபா, சேர் எல்லாம் இருக்க இதில் போய் அமர்ந்திருக்கிறாரே என்று எண்ணினாள்.

'**சு**ஜி...' என்ற ராஜனின் சத்தம் கேட்டதும், 'காப்பி போடவா உங்களுக்கு...' என்று கேட்டாள். 'ம்ம்...' என்ற பதிலுடன் நகர இருந்தவனிடம் ராம் அம்மா போன் பண்ணியதைச் சொன்னாள். 'ஐயோ, இரண்டு நாளைக்கு முன்னதானே நம்ம வீட்டுக்கு வந்தார்ன்னு சொன்னே. அப்போ உடனே கிளம்பு, நாமபோலாம். போய் பார்த்துட்டு அப்படியே நான் கிளம்புறேன். இன்னைக்கு மீட்டிங் இருக்கு. கமிஷனர் ஆபிஸ் போகணும்...' என்றபடி குளிக்கக் கிளம்பினான். எப்பவும் அவசரமும் டென்ஷனும்தான் ராஜனுக்கு. அவன் பார்க்கும் காவல் துறை வேலை அப்படி.

இந்த ஒழுங்கினால்தான்,தான் இத்தனை வருடம் நல்ல பெயருடன் இருப்பதாய் சொல்லிக் கொள்வான். அது ஓரளவுக்கு நிஜமும்தான். அப்படி இருந்தவர்தானே இறந்த அந்த மனிதரும்.

ராஜன் சாப்பிட உட்கார்ந்தவன், 'நீ கிளம்பலையா சுஜி...' என்றான். சாவுக்கு போகணுமா வேண்டாமா என்றுதான் யோசித்துக்கொண்டிருப்பதைச் சொன்னால், டென்ஷனாயிருவார் இவர் என்று நினைத்து, 'இல்லே, நீங்க போங்க, நான் வேலை ஒதுக்கிட்டு போய்க் கொள்கிறேன்...' என்று சொன்னாள். கண்களை இடுக்கி ஒரு சந்தேகப் பார்வை வீசிவிட்டு, 'ஒருத்தர்கிட்டேயும் ஒண்ணும் பேசமுடியாது இப்போ இருக்கிற காலத்தில...' என்ற முணுமுணுப்புடன் சாப்பிட்டு முடித்து கிளம்பினான்.

இவள் சாப்பிட அமர்ந்தபோது, அவருக்கு அன்று சாப்பாடு பரிமாறியது நினைவிற்கு வந்தது. வெறும் ரசம் சாதமும் பருப்பும் பாகற்காய் உருளை வதக்கலும்தான். அதையே ரசித்து சாப்பிட்டார். இந்த மாதிரி சாப்பாட்டைதான் சாப்பிட்டதே இல்லையென்று திருப்பித் திருப்பிச் சொல்லிக்கொண்டிருந்தார். அவருடைய பிள்ளைகளின் கல்யாண சாப்பாட்டை அத்துணை பிரமாதமாய் சொல்வார்கள் நட்பு வட்டத்தில். என்னவாயிற்று இந்த மனிதருக்கு இன்று, என்றே அன்று நினைக்கத் தோன்றியது சுஜிக்கு.

ப்ரவீன் அமரும் பீன் பேக்கை பார்த்து என்னவென்று கேட்டார். சொன்னவுடன், உட்கார கூடியதா என்று வியப்புக் காட்டினார். இப்படியாகத்தான் வீட்டில் இருந்த ஒவ்வொரு பொருளையும் சிலாகித்தார். எங்கோ தொலைத்த சந்தோஷத்தை இங்கு வந்து இவள் வீட்டில் மீட்டெடுத்தது போல் இருந்தது அவரின் செயல்கள்.

காவல் துறையில் உயர் பதவியில் இருந்து ஓய்வுபெற்ற பிறகு, அவர் எந்த நண்பர்கள் உறவினர்கள் வீட்டு நிகழ்வுகள் எதிலும்

கலந்து கொள்வதில்லை. தனக்கு ஏற்பட்ட அவமானங்களுக்கு பிறகு, தன்னையே முடக்கிக்கொண்டார் என்றே தோன்றியது சுஜிக்கு.

முன்பு இருந்த குடியிருப்பில், ராஜனின் குடும்பம் அவரின் நேர் கீழ்வீட்டுக்கு குடிபோனபோது, ரெண்டு பெரிய பெண் குழந்தைகள் இருந்தது அவருக்கு. அந்த பெண்பிள்ளைகளின் திருமணம் முடியும்வரை அவர்கள் அங்குதான் இருந்தார்கள். அவர் ஓய்வு பெற்ற பிறகே சொந்த வீட்டுக்கு குடி பெயர்ந்தார்கள்.

அந்த யூனிபார்முக்கும் அவருக்கும் ஏதோ ஒரு ஜென்ம உறவு இருப்பதுபோல் இருக்கும். அவருக்கென்றே அது பிறந்திருப்பது போல் ஒரு கம்பீரம் காட்டும். மிக நேர்மையானவர். அப்படித்தான் இருந்தார் பிள்ளைகள் ஹைஸ்கூல் போகும்வரை. அதன் பிறகு காலம் அவரை நிறையவே புரட்டிப் போட்டது.

ஊரில் அவரின் குடும்பம் மிக ஏழ்மையானது. இவரின் பதவிக்கு பெரிய இடத்து சம்பந்தம் அமைந்ததும் அவர் மனைவியின் ஆடம்பரமும் அதற்கு பொருந்தாத இவரின் ஊர் பழக்கவழக்கங்களும் தினமும் இருவருக்குள்ளும் சண்டைக்கு வழிவைத்ததாக முன்பு ஒருமுறை அவரின் அம்மா சொல்லிக் கேட்டிருக்கிறாள் சுஜி.

அந்த குடியிருப்பில், அவருடன் பொழுதும் சண்டையிடும் அவர் மனைவியின் அதிகாரக் குரல் பிரபலம். அதை கேட்கும் யாரும், லஞ்சத்திற்கான அடித்தளங்களை அவ்வமயங்களில் புரிந்துக் கொள்ளலாம். இரண்டு பெண்பிள்ளைகளை முன்னிறுத்தியே அந்த ஆறடி உயரத்தை அடக்கியிருந்தார் அந்த பெண்மணி.

ஒரு கட்டத்தில், அவர் வீட்டுக்குள், அவரின் பிள்ளைகளுக்குள், ஆடம்பரமும் பகட்டும் நுழைந்தபோது, அவரால் ஒன்றும் கையூட்டின் விளைவால் செய்யமுடியாமல் போனது. அவர் ஓய்வு பெறும் காலம் நெருங்கிய சமயம், அவரின் மனைவிக்கு இன்னுமொரு தொடர்பு இருந்ததாக அவரின் கீழ் பணிபுரிபவர்கள் அவர் காதுபட பேசிக்கொண்டபோது, மீதமிருந்த அவரின் சிரிப்பும் தொலைந்து போனது. மொத்தமாய் முடங்கிப் போனார் அதன் பிறகு.

எப்போதுமே சுஜியை அவருக்கு பிடிக்கும். ஜீப்பில் ஏறும் முன் இவள் வீட்டின் வெளியே நின்றிருந்தால், பேசாமல் போகமாட்டார். இவளுக்குள்ளும் ஏதோ ஒரு பந்தம் அவரைப் பார்க்கும்போது

தோன்றும். அதை சரியாய் வரையறுக்க முடியாமல் தோற்றுப் போவாள்.

அவருடைய அம்மா எப்போது ஊரிலிருந்து வந்தாலும் பகல் முழுவதும் இவள் வீட்டில்தான் இருப்பார்கள். இரவு படுக்க மட்டுமே மேலே ஏறுவார். அவருக்கு சாப்பாடும்கூட இவள் வீட்டில்தான். ராஜன்கூட ஒன்றிரண்டு தடவை கேட்டிருக்கிறான் ஏன் இங்கேயே இருக்காங்க என்று. மருமகளுடன் ஒத்துப் போகாததால் இங்கு வந்து இருக்கிறாங்க என்று சுஜியும் சமாதானம் சொல்லுவாள். ராஜனுக்கு சற்று பிடிக்காதுதான், இவளுடன் சண்டையிடும் மனநிலை இல்லாததால், நிறைய நேரங்களில் வீட்டு விஷயங்களில் இவள் போக்கில் விட்டு விலகிவிடுவான். இவளுக்கு அந்த அம்மாவிடம் ஓர் ஆத்மார்த்த அன்பு இருந்தது. அவர் எது கேட்டாலும் விழுந்து விழுந்து செய்வாள்.

ஒரு முறை உடம்பு சரியற்று போனபோது, இவள் வீட்டில்தான் மூன்று நாட்களும் தங்கியிருந்தார்கள். அவர், ஊருக்கு கூட்டிச் செல்ல வந்தபோது, கண்களில் கண்ணீர் மல்க நன்றி சொன்னது நினைவில் உண்டு சுஜிக்கு.

இதுவும்கூட ஒரு காரணமாயிருக்குமோ, இப்போது அவர் தன் வீட்டுக்கு வந்ததற்கு என்று யோசித்தாள் சுஜி. அன்று அவர் வந்து சென்றதை ராஜனிடம் சொன்னபோது, ‘அவர் வீட்டை விட நம் வீடு சற்று சிறியது. அப்புறம் எதனால் அவருக்கு அவ்வளவு சந்தோஷம்...’ என்று கேள்வியை ராஜனிடம் கேட்டுக்கொண்டிருந்த சமயம், ராஜன் தூங்கிப் போயிருந்தான். விடை தெரியா கேள்விகளுடன் அவளும் அன்று தூங்கிப் போனாள்.

அவரின் இறப்புக்கு பின், சில விஷயங்கள் தெளிவாய் புரியத் தொடங்கியது சுஜிக்கு. அவள் அவரை தெரிந்தவர், பக்கத்துவீட்டுக்காரர், துறை சார்ந்த உயர் அதிகாரி, தன் கணவனின் சீனியர் என்ற பார்வையிலேயே பார்த்திருக்கிறாள் என்பதும், எல்லோரும் தெரிந்த பெண்கள் வீட்டு கணவர்களை வாய் வார்த்தைக்காக அண்ணா என்று அழைப்பதுபோலதான் அவளும் அவரை அழைத்திருக்கிறாள் என்பதும், ஆனால் அவரோ அதை தாண்டி தன்னிடம் அவருக்கான ஓர் உண்மை அன்பை தனக்காகப் பகிர்ந்திருக்கிறார் என்பதும் சுஜிக்கு புரிந்தபோது, என்ன பெண் நான், சகோதர பாசம் என்பது ஒரு சிலரிடம் வெளிப்படுத்த முடியாமல் ஒளிந்திருக்கும் என்பதுகூட புரியாமல் இத்தனை நாள் இருந்திருக்கிறோமே என்று வருத்தப்பட்டாள்.

அவர் அன்று விடைபெற்றுச் சென்றபோது, அவரின் முகத்தில் இருந்த மகிழ்ச்சி அளவில்லாதது. இத்தனை வருடங்களுக்குப்

பிறகு அவருக்கு இந்த சந்தோஷத்தின் சாவி தன் வீட்டில் கிடைத்திருக்கவேண்டும்.தான் ஒரு சகோதரியாய் அவருக்கு அதைத்தான் கொடுத்திருக்கிறோம் என்று நினைக்கும் போதே அவளுக்குள் ஒரு மகிழ்ச்சி ஏற்பட்டது.

தெரிந்த மனிதர் ஒருவரின் மறைவு தந்த கண்ணீரை விட இப்போது தமையனாய் நினைத்து வந்த கண்ணீரில் அதிர்ச்சியை விட அன்பு அதிகமாய் கலந்திருந்தது. இரு நாட்களுக்கு முன்தான் பார்த்த அந்த சந்தோஷம் இன்றும் அந்த முகத்தில் இருக்கக்கூடும் என்ற நம்பிக்கையில், அழகான ஓர் அன்பை அடைகாத்திருந்த அந்த மனிதரைப் பார்க்கக் கிளம்பினாள் அவள். வாசலில் வெள்ளை நிறத்தில் சிதறிக் கிடந்தன பன்னீர் பூக்கள்.

~ சூரியக்கதிர், அக்டோபர் 2015

கடவுளின் அம்மா

காற்றில் பறந்த எண்ணெயற்ற முடியின் சொரசொரப்பில் விரல்கள் உரசி வலித்தது நங்கைக்கு. சேலையின் தலைப்பை இழுத்து மூடி ஜன்னலோரமாய் ஒடுங்கி அமர்ந்தாள். பேருந்தின் வெளியே ஒரு பெண் ஏதோ ஒரு மொழியில், கைப்பேசியில் பேசிக்கொண்டிருந்தாள். அவளின் சிணுங்கிய சிரிப்பு இவளுக்கு பிடிக்காமல் போயிற்று. சில மாதங்களாகவே இப்படிதான் இருக்கிறது இவளுக்கு. மனிதர்களின் சிரிப்பும் கொஞ்சலும் அன்னியமாய்படுகிறது. மாதவிலக்கு சுழற்சி நிற்கும் சமயங்களில் இப்படிதான் இருக்கும்னு தேவியக்கா சொன்னாள். இவளுக்கு ஒன்றும் புரியவில்லை. மீண்டும் பேசிக்கொண்டிருந்த அந்த பெண்ணை பார்த்தாள். தன் மேலேயே வெறுப்பு வந்தது.

கூட்டம் நிரம்ப வண்டி கிளம்பியது. பீளமேடுக்கு டிக்கெட் எடுத்தாள். மதியம் இரண்டு மணி வரைதான் அந்த மருத்துவ கேம்ப் இருக்கும். இரண்டு வீடு வேலை முடித்துக் கிளம்பும் போதே மணி பன்னிரண்டைத் தொட்டிருந்தது. அங்கு இலவசமாய் ஸ்கேன் எல்லாம் பண்ணுவார்கள். போன முறையே கர்ப்பப்பை பரிசோதனை செய்தபோது சிறு கட்டி இருந்தது தெரிய வந்தது. கல்யாணமாகி இருபத்தியேழு வருடமாகிறது, வயிற்றில் ஒரு புழு பூச்சிகூட தங்கலை. ஆனால் கட்டி மட்டும் எங்கிருந்து வந்ததுன்னு புரியல அவளுக்கு.

அந்த ஆஸ்பத்திரியின் இலவச முகாமில் எப்போதும் ஒரு வயசான டாக்டரம்மா இருப்பாங்க. போன முறையே அவளிடம் சொல்லியிருந்தாங்க, அடுத்த முறை செக் பண்ணும்போது கட்டி பெரிதாகியிருந்தால் ஆபரேஷன் செய்யவேண்டுமென்று. ஆபரேஷன் என்றால், ஆஸ்பத்திரி இருபது சதவீதம் பணம்தான் தருமாம். மீதியை நாமதான் கொடுக்கணும்.

பிள்ளை இல்லை என்பதை பேசியே போன வருஷம் மாமனார் இறந்த நோம்பிக்கு சொந்த சனம் எல்லாருக்கும் துணி எடுத்துக் கொடுத்ததும் ஒரு வார சாப்பாட்டு செலவை இவர்களே செய்ததும் நினைவுக்கு வந்தது நங்கைக்கு. அந்த கடனிலிருந்து இருந்து இப்போதான் விடுபட்டு கொஞ்சம் சேர்த்திருக்கிறாள். அதைதான் எடுக்கவேண்டும் என்று நினைத்திருந்தாள்...

வீட்டுவேலை செய்து கிடைக்கும் ஆறாயிரம் பணத்தை தவிர அவளுக்கு வேறு வருமானம் கிடையாது. நங்கையின் வீட்டுக்காரன் சில சமயம் பெயிண்ட் வேலைக்கு போவான், அது இல்லாத நாட்களில் வீட்டில் சும்மாதான் இருப்பான். அதிக பலமில்லாதவனாகவும் சோம்பேறியாகவும் இருந்தான்.

முன்பெல்லாம் கட்டிட வேலைக்கு போவான். நிறைய காசு கிடைக்கும். கூட்டாளிகளோடு சேர்ந்து தண்ணி போட்டு ரோட்டோரமாய் விழுந்துகிடப்பான். நங்கை போய் தூக்கிட்டு வருவாள். ‘எதுக்கு வீட்டுக்கு இழுத்துட்டு போறே... என்ன செய்தாலும் உனக்கு வயித்துல ஒண்ணும் தங்கல. விடுடி...’ என்று கேவலமாக சத்தம் போடுவான். முடியிழுத்து அடிப்பான். கூனிக்குறுகிப் போவாள் நங்கை.

ஒரு கட்டத்தில் குடல் வெந்துப்போய் கிடந்தபோது, ஊரில் சுய உதவிக்குழு பெண்கள் சொன்னதைக் கேட்டு, பொள்ளாச்சி சென்று குடிமுறிவுக்கு சிகிச்சை செய்தாள். இப்போது ஒரு வருடம் ஓடிவிட்டது. குடிக்காமல் இருக்கிறான். ஆனாலும், மாலை நேரமானால் அவனின் பயம் முழித்துக் கொள்ளும். அவனருகிலேயே இருப்பாள் நங்கை.

தனித்து விடமுடியாத நிலை. தற்கொலை என்றெல்லாம் சென்டரில் பயம் காட்டியிருந்தார்கள். இதனால், இப்போதெல்லாம் இரவின் நேரங்கள் அவளுக்கு மிகவும் வேதனையாகிப் போய்விட்டன. கர்ப்பப்பை கட்டியின் வலி அந்த சமயங்களில் அதிகமாவதை உணர்ந்தாள். அவனிடம் சொல்லவும் முடியாமல் சகித்துக் கொள்ளும் சமயங்கள் நரகமாய் தோன்றும் அவளுக்கு. எதற்கு இந்த ஜென்மம். பிள்ளைகள் இருந்தால் அவர்களின் சந்தோஷங்கள், கவலைகளினால் இந்த நரகம் இல்லாமல் இருந்திருக்குமோ என் நினைத்துக் கொள்வாள்.

போன முறை கேம்பிலேயே டாக்டரம்மாவிடம், எப்படி அவனுக்கு புரிய வைப்பதுன்னு கேட்க நினைத்தாள். இந்த முறை கண்டிப்பாக கேட்க வேண்டும் என்று நினைத்துக்கொண்டாள்.

பிளஸ்ஜி ஸ்டாப் வரவும் இறங்கினாள். கேம்பில் கூட்டம் அதிகமாக இருந்தது. சீட்டு பெற்றுக்கொண்டு டாக்டரம்மாவைத் தேடினாள். காணவில்லை.

இவளை இன்னொரு டாக்டரிடம் அனுப்பினார்கள். அந்த பெண்ணுக்கு சிறு வயதுதான் இருக்கும். அழகாக இருந்தாள். அந்த பெண்ணைப் பார்த்ததும் இவளுக்குள் ஏதோ ஒரு உணர்வு, தாய்மை என்றது. தனக்கும் காலாகாலத்தில் குழந்தை பிறந்திருந்தால் இன்னைக்கு இந்த பெண்ணைப்போலதானே இருந்திருக்கும் என்னும் நினைப்பு மனசுக்குள் ஓடியது.

'வாங்கம்மா, உக்காருங்க...' என்ற அந்த பெண்ணின் குரலுக்கு அமர்ந்தாள். சிறு முடிக்கற்றை ஒன்று அந்த பெண்ணின் நெற்றி நிறைத்து கண்ணின் அருகே ஆடிக்கொண்டிருந்தது. ஒதுக்கிவிட்டு தலை கோதும் ஆசை வந்தது நங்கைக்கு. மாநிறமாய் இருந்தாலும் கண்களும் மூக்கும் அந்தந்த இடத்தில் செதுக்கி வைத்த மாதிரி இருந்தது. அந்த பெண்ணை சிறு வயதில் கற்பனை பண்ணிப் பார்த்தாள். சிட்டு மாதிரி ஓடிவந்து தன் காலை கட்டிக்கொண்டு அம்மா என அழைப்பதுபோலவும் தோன்றியது. பெருமூச்சு மட்டுமே வெளிப்பட்டது நங்கையிடமிருந்து, இது நிஜமில்லை என்பது போல்.

தனக்கு மட்டும் ஏன் குழந்தையில்லை என்னும் கேள்வி கண்ணீராய் வெளிவந்தது. அவனின் குடியில் வாங்கிய அடியில் ஒன்று கலைந்து போனதும், அவளின் நங்கையா ஒரு முறை அவங்க மகளின் வயதுக்குவந்த சடங்கின்போது, தன் பெண்ணை தொடவிடாமல் இவளின் கையைத் தட்டிவிட்டு, அவ விளங்கணுமே என நியாயம் பேசியதும் நினைவில் வந்துபோனது. விடைகளற்று போன கேள்வியாய் வாழ்க்கை அவள் முன் நின்றது.

'கட்டி பெரிதாகிவிட்டது. எடுத்தாக வேண்டும்மா...' என்ற அந்த பெண்ணின் சொற்கள் எதுவும் அவளின் சிறு மூளைக்குள் ஏறவில்லை. வெறுமே தலையாட்டிவிட்டு நகர்ந்தாள்.

'நங்க...' என்னும் குரல் கேட்கவே திரும்பினாள். இவளின் கூட்டுக்காரி ஒருத்தி நின்றிருந்தாள். 'செக் பண்ணிட்டியா?...' , என்றவளிடம், அந்த வயதான டாக்டரம்மாவைப் பற்றி கேட்டபோது, அவங்க ரிடயர்ட் ஆயிட்டாங்களாம், மன வளர்ச்சி குன்றிய குழந்தைகளுக்குன்னு ஒரு பள்ளியும் ஆஸ்பத்திரியும் நடத்திகிட்டு இருக்காங்களாம். அதனால் அவங்க இனி இங்கே வரமாட்டாங்க என்றாள் அவள்.

சென்ற முறை நங்கை செக்அப் வந்திருந்தபோது, அவங்க இதை இவளிடம் சொல்லிவிட்டு, 'உன் வீட்டின் அருகில் தானே இருக்கிறது. ஓய்ந்த நேரத்தில் அங்கே வந்து அந்த குழந்தைகளைப் பார்த்துக் கொள்கிறாயா. உனக்கும் மன சமாதானமாக இருக்கும்' என்று சொன்னது நினைவுக்கு வந்தது.

கிட்டாத ஒன்றுக்காய் ஏங்கி, ஒவ்வொரு பிள்ளைகளாய் பார்த்து பெருமூச்சுவிடுவதை விடுத்து, பார்க்க வசதியில்லாமல் தாயும் தகப்பனும் விட்டுச்சென்ற அந்த மனவளர்ச்சி குன்றிய குழந்தைகளுக்காக தன்னிடம் மிச்சமுள்ள வாழ்க்கையை கொடுத்தால் என்ன என்ற தோன்றியது நங்கைக்கு. தெளிவாய் திரும்பினாள் அந்த இளம் டாக்டரிடம். கர்ப்பப்பை எடுக்க எப்போது வர வேண்டும் என்று விசாரித்து வந்தாள்.

வீடு திரும்ப பேருந்தில் ஏறி அமர்ந்தபோது, அருகில் அமர்ந்திருந்த பெண் சூடியிருந்த மல்லிகையின் மணம் இவளின் நாசி தொட்டது. பள்ளியில் தனக்காய் காத்திருக்கும் குழந்தைகளை நினைத்துகொண்ட அந்த நிமிடத்தில், அது குழந்தையின் வாசனையாய், கடவுளின் மணமாய் அப்போது தோன்றியது அவளுக்கு.

~ கல்கி, மார்ச் 2015

கண்ணாடி

சுள்ளிகளை வெந்நீர் அடுப்புக்குள் தள்ளிக்கொண்டிருந்தாள் வைகேசு. நனைந்திருந்த சுள்ளிகள் எரிய மறுத்து புகைந்துகொண்டிருந்தன. சூடு தருவதற்கு பதிலாய் கண் எரிச்சலைத் தருவதாய் வைகேசுவரிக்கு தோன்றியது. இந்த முறை குந்தாவில் அதிகமாய் குளிர்கிறது. பப்லு சொன்னான், மேலே ஆபிசருங்க போர்டு பார்த்து பேசிகிட்டாங்களாம், குளிர் இன்னும் கீழே இறங்கும்னு. இப்போது இருக்கிற மூடுபனிக்கே நாலு மணிக்கு மேல வீட்டை விட்டு எங்கேயும் நடக்க முடியல.

பவர் ஸ்டேஷனுக்கு சீக்கிரம் போகணும் இன்னைக்கு என்ற நினைப்பு வந்ததும் இருந்த சூட்டில் முகம், கை கால் கழுவி தலை வாரி, பவுடர் தட்டி அப்பினாள் முகத்தில். கீழ் பாவாடை இழுத்து திட்டுதிட்டாய் இருக்கும் பவுடரை துடைத்துக்கொண்டாள். கண்ணாடி பார்க்கவே அவளுக்கு பிடிப்பதில்லை. பார்க்கவும் மாட்டாள்.

தன் முகம் அத்தனை அழகில்லை என்பது அவளுக்கு தெரியுமென்பதால் பார்ப்பதில்லை. ஒரு கண் சுருங்கி இன்னொரு கண் பெரிதாய் முகமே அந்த பக்கம் கோணலாய் இருக்கும் அவளுக்கு. தலவாணில தலையை ஒரு பக்கமாய் அழுத்திவைத்து கத்திகிட்டே தன்னை அம்மா பெத்திருப்பாளோ என்று எண்ணுவாள்.

அவ வயசு பொண்ணுங்களுக்கெல்லாம் கல்யாணம் முடிஞ்சு பிள்ளகுட்டியெல்லாம் இருக்கு. எதிர்த்த பக்கம் வீட்டில் உள்ள சரசக்கா அவளை பொண்ணு பாக்க வரும்போதெல்லாம் இந்த கண்ணாடி முன்னாடிதான் நின்னு துணி மாத்திக்கும். அதுவும் கல்யாணம் ஆகி கோயம்பத்தூருக்கு போயிடுச்சு.

இங்கே யார்கிட்டேயும் இடுப்பு வரை தெரியும் கண்ணாடி கிடையாது. வைகேசுவோட அப்பாவோட அப்பாவுக்கு அவர் வேலைப்பார்த்த இங்கிலீஷ்காரன் கொடுத்துட்டு போனாராம். அது இந்த ஊரு கண்ணாடியே இல்லையாம், பெல்ஜியம் கண்ணாடியாம். அதனால் எல்லோருக்கும் அதன் மேல் பாசம் அதிகம், வைகேசுவைத் தவிர.

கம்பளி உள்உறையை மாட்டிக்கொண்டு தடிமனான ஷாலை மேலே போர்த்தினாள். பப்லு ஞாபகம் வந்தது. அவனும் தன்னை நினைப்பானா என்று தெரியவில்லை. அவனுக்கும் இவள் வேலை செய்யும் ஹைட்ரோ எலெக்ட்ரிக் ஸ்டேஷனில்தான் வேலை. இவளுக்கு பெருக்கி துடைக்கும் வேலைதான்.

அவனுக்கோ பெரிய வேலை. பைல் முதல் காப்பி வரை எல்லோருக்கும் அவன்தான். யாராவது ஆபிசர் அவலாஞ்சி பவர் ஸ்டேஷன்க்கு வந்துட்டா, ஜீப் எடுத்துட்டு போய் கூட்டிட்டு வரசொல்லுவாங்க அவனிடம். ஸ்பீடா வண்டியை மலைசாலையில் ஓட்டுவான் பப்லு. அவன் போவதை பார்த்துவிட்டு, அவன் வரும்வரை வீட்டுக்கு போகாமல் அங்கேயே இருப்பாள். அதை தெரிந்ததும் அவன், 'அட, முட்டாளே...' என்று சிரித்துக்கொண்டே செல்வான். அவளுக்கு அவன் அவ்வாறு அவளை கேலி செய்வது ரொம்ப பிடிக்கும். மனசுக்குள்ளிருந்து உடம்புக்குள் தீப்பந்தம் பற்றிக்கொண்டது போல் இருக்கும்.

இவள் பெரியவள் ஆனதலிருந்து அவளின் அம்மா மாப்பிள்ளை பார்க்க தொடங்கினாள். மரக்கறி எல்லாம் அன்று சமைத்து வைப்பாள். ஆனாலும் இவளை வந்து பார்த்த யாரும் கட்டிக்கொள்ள முன் வரவில்லை. சொந்தத்திலிருந்து கால் விந்தி நடப்பவனை கூட்டி வந்தாள் ஒரு முறை. வைகேசுக்கு அவனை பிடிக்கவில்லை. அவனின் ஊனத்தை பார்த்து தனக்கு ஒன்றும் குறையில்லை என்று நம்பினாள். நொள்ள கண்ணுக்கு திமிரைப் பாருன்னு திட்டிகிட்டே இருந்தாள் அம்மா சில நாட்கள். சட்டுன்னு ஒரு நாள் கண்ணை மூடிவிட்டாள். அப்புறம் அப்பாதான்.

மாப்பிள்ளை பிடிப்பதை விட, அவரு பாம்பு பிடிக்கிறதுல கெட்டிக்காரர். அதில் வரும் வருமானத்தை பீடியாக ஊதித்தள்ளுவார். அவரும் செத்து போனால், தனக்கு யாருமில்லையேன்னு அவருக்கு வைகேசு எல்லாம் செய்வாள். தனக்கு வரும் சம்பளத்துல நல்ல சோறு செய்து போடுவாள் நல்ல மப்ளர் வாங்கிக் கொடுப்பாள். அவரும் அதிகமாய் பேசாமல் நடமாடிக்கொண்டிருந்தார்.

வைகேசுவுக்கு நிறைய கனவுகள் வரும். எப்போதும் கனவில் ராஜகுமாரியாய் இருந்து எல்லோரையும் அதிகாரம் செய்வாள். பப்லுவைப் பார்த்தலில் இருந்து இன்னும் நிறைய வருகிறது. அவனை செல்லமாய் கொஞ்சுவதாய் கனவு காண்பாள். ஒரு முறை அது குறித்து அவனிடம் சொன்னதற்கு இப்படிதான் எனக்கும் வரும் என்று சொன்னான். அன்றிலிருந்து இன்னும் நிறைய கனவு கண்டாள்.

இன்று மழை காலையில் இருந்தே சிணுங்கியது. பைக்குள் வைத்திருந்த ரெயின்கோட்டை எடுத்து மாட்டினாள். வேலை முடிந்துவிட்டதால் பப்லுவைத் தேடினாள். வின்ச் பக்கத்தில் தாடிக்கார ஜோசப்புடன் பேசிக்கொண்டிருந்தான். பேசுவதை விட்டுவிட்டு இவளை நோக்கி வந்தான். வைகேசுவுக்கு இது பிடித்திருந்தது. தன்னை நிச்சயமாய் இவன் கட்டிக்குவான் என நம்பினாள்.

பவுடரை குறைச்சி போட்டு, பெரிய பொட்டு வையேன், ஒன் முகத்த அழகாக்கும் என்றான். உங்க வீட்டில் கண்ணாடி இல்லையா என்றும் கேட்டுவிட்டான். அன்றிலிருந்து வைகேசு தன வீட்டு கண்ணாடி முன் நின்றாள்.

வாசல் தாண்டி போறவங்க எல்லாம் நின்னு கண்ணாடியைப் பார்க்கிறதுக்கு பதிலாய் இவளின் அலங்காரத்தை பார்த்துசென்றனர். அவளோட அப்பாவுக்கு இது உலக அதிசயமாகபட்டது. ஜாதக பையை தூக்கிக்கிட்டு அலையிற பரமேஸ்வரன் கிட்டே சொல்லிட்டார், எங்கிருந்தாவது மாப்பிள்ளகொண்டுவான்னு.

அந்த கண்ணாடியை இப்போத்தான் வைகேசு கூர்மையாக பார்க்கிறாள். அதன் ஒரு ஓரத்தில் அவளுக்கு தெரியாத ஒரு மொழியில் இரண்டு எழுத்துகள் பொறித்திருந்தன. வெள்ளி முலாம் பூசி அதன் ஓரங்கள் சுருட்டிவிடப்பட்டிருந்தன. அவைகள் கொடிகளாகவும் அதிலிருந்து சிறு இலைகளும் பூக்களும் வெளிவருவதாய் செதுக்கியிருந்தனர்.

அதை தடவிப்பார்த்தாள். அவளுக்குள் ஏதோ செய்தது. வெகு காலத்துக்கு முன் அதற்கு முன்னால் வெள்ளைக்கார துரைச்சிங்க நின்று அலங்காரம் செய்திருப்பாங்க என்று நினைக்கும் போதே தானும் அவர்களாகவே மாறிவிட்டதாகத் தோன்றியது. அதற்குபின் அந்த கண்ணாடி அவளின் பேச்சுதுணையாகிப் போனது.

சிறு முன்அறையை கூட்டிப்பெருக்கும்போதும், காலையில் அரக்கபரக்க சமையல் செய்யும்போதும் வந்து வந்து அதன்

முன் தலை நீட்டினாள். என்ன இப்படி அழுக்காயிருக்கோம் என்று அவ்வப்போது அதை பார்த்து துடைத்துக்கொண்டாள். இதையெல்லாம் நீ சொல்வதில்லையா என்று அதை கோபித்தும்கொண்டாள். இன்னும் கொஞ்ச நாளில் தானும் பப்லுவும் சேர்ந்து அதன்முன் வந்து நிற்கப்போவதாக அதனிடம் சொன்னாள்.

தான் அழகில்லை என்னும் எண்ணம் மாறி தானும் அழகாயிருக்கிறோம் என்பதை காதலைவிட கண்ணாடி காட்டியதாக நம்பினாள்.

கால நிலைகள் மாறி சம்மர் ஆரம்பித்தது. பவர் ஸ்டேஷன் பெரிய ஆபிசருங்க எல்லாம் லீவு எடுப்பாங்க. மலர் கண்காட்சி பார்க்க போயிருவாங்க. அந்த நேரம் வேலை அதிகமாய் இருக்காது இவளுக்கும் பப்லுவுக்கும். சில காலமாகவே பப்லு அவனுடைய அம்மாவுக்கு கடிதம் எழுதிகிட்டே இருக்கான் அல்லது போனில் பேசுகிறான். இவள் கேட்டால், அம்மாவுக்கு உடம்பு சரியில்ல, அங்கே ஒரு வேலையும் பார்த்து வச்சிருக்காங்களாம் வந்து சேர சொல்றாங்கன்னு புலம்பினான்.

இவ அவனிடம் அவங்கள இங்கே வரசொல்லேன், நானு சோறாக்கி போட்டு கவனிச்சுக்கிறேன் என்று மறைமுகமாக தன் காதலைச் சொன்னாள்.

இது வேற விஷயம், உனக்கு புரியாது என்று தலைகுனிந்து சிரித்தான். சொல்லு என்ற இவளின் நச்சரிப்புக்கு பின், பொண்ணு ஒண்ணு பார்த்திருக்காங்களாம், ஒரே பொண்ணாம். நிலமெல்லாம் எழுதி தராங்களாம். அதிலேயே உழைச்சு பொழச்சுக்கலாம்னு அம்மா சொல்லுது.

நீ என்ன சொன்னே என்று வைகேசு படபடக்கும் நெஞ்சோடு கேட்டாள். நான் மாட்டேன், இங்கே வைகேசுன்னு ஒருத்தி எனக்காக இருக்கா, அவளைத்தான் கட்டிக்குவேன்னு சொன்னேன்னு பப்லு சொல்லியிருக்கணும் என்று எதிரில் நீண்டு நிற்கும் மலையைப் பார்த்து மனசுக்குள் வேண்டினாள்.

ஆனால் அவனோ சிரித்துக்கொண்டே, பொண்ணு பார்க்க கிளி மாதிரி இருக்கா. நீ பார்த்தா மயங்கிருவே போட்டோ காமிக்கவா என்று இவளைக் கேட்க, நான் என்ன ஆம்பளையா, ஒரு பொண்ணை பார்த்து மயங்க என்று வைகேசு கேட்க, சொன்னாலும் சொல்லாட்டியும் நீ ஆம்பள மாதிரிதானே இருக்கே, பாரு, கால் தெரிய தூக்கி செருகிய பாவாடை, கால் முழுசும்

முடி, துடப்ப குச்சி மாதிரி ஒரு உடம்பு, கண்ணும் சரியில்ல, சின்னதா ஒரு மீசைகூட, இதுக்குகூட எப்போவும் ஒரு நாத்தம் பிடிச்ச ஸ்வெட்டர்... என்று கேலியாய் அவன் சொல்லிகிட்டே போக, அவளுள் ஏதோ உறைத்தது.

அவன் அழகாயிருப்பதையும் தான் அழகில்லாதவள் என்பதையும்தான் ஏன் மறந்தோம் என்று. தன் சாப்பாட்டு பையை எடுத்துக்கொண்டு நகர்ந்தாள். அவன் அவளை சிரித்துக்கொண்டே கூப்பிடுவது கேட்டது. திரும்பிப் பார்க்காமல் நடந்தாள்.

கண்ணாடியிடம் போய்நின்று அவன் வேண்டாம் நமக்கு என்றாள்.

அவன்தானே உன்னை என்னை பார்த்து அலங்காரம் செய்ய சொன்னான். அவனை வேண்டாங்குறே என்று கேட்டது கண்ணாடி.

அவன் மனசு நம்ம மனசபோல நல்லதா இல்ல. வெளியே வெள்ளையாகவும் உள்ளே அழுக்காயும் இருக்கான். நமக்கு வேண்டாமென சொல்லிவிட்டு அழத்தொடங்கினாள். ஒன்றும் புரியாமல் கண்ணாடி அவளையே பார்த்துக்கொண்டிருந்தது.

சில நாட்களில் பப்லு வேலையை விட்டுட்டு போய்விட்டான். வைகேசு இப்போதெல்லாம் முடி அகற்றிய கால்கள் வெளியே தெரியாமல் கணுக்கால் தாண்டி தொங்கும் பாவாடையும் பட்டன் போடாத ஸ்வெட்டரும் அதன் குறுக்கே ஒரு ஷாலும் பூஞ்சை மீசையை நீக்கிய முகமும் பின்னிய தலையுமாய் அழகாய் தெரிகிறாள்.

உன் பொண்ணு என்ன இப்படி மாறிட்டா என்னும் கேள்விக்கு, வைகேசுவின் அப்பாவுக்கு பதில் சொல்ல தெரியவில்லை. வைகேசுவை பொறுத்தவரை, பப்லுவும் அவளுக்கு ஒரு கண்ணாடிபோலதான்.

* * *

வயலட் பூக்கள்

கண்களில் கண்ணீர் வற்றியிருந்தது மீராவிற்கு. புறப்பட்டு ஐந்து மணி நேரம் ஆகிறது. இன்னும் யாரும் தன்னை தேடவே இல்லை என்பது வலித்தது. ஊர்விட்டு வந்திருக்கமாட்டார்கள் என்பதும், தானும் கைபேசியை அணைத்து வைத்திருந்தது நினைவிற்கு வந்தது. இருக்கட்டும். நன்றாக தன்னைத் தேடட்டும். எல்லோருமே சுயநலவாதிகள் என்று மனதிற்குள் வெந்துகொண்டிருந்தாள். நினைக்க நினைக்க புதிதாய் அழுகை முட்டியது.

சாகும் வரை சொல்லிகிட்டேயிருந்த அம்மாவை பெத்த கிழவியின் வார்த்தைகள் நினைவுக்கு வந்தன, 'கடைசியில் நீ மொட்டையா தனியாதான் நிப்பேடி'. அப்படிதான் நடந்துவிட்டது. அம்மாவையும் அப்பாவையும் ஒரே நேரத்தில் விபத்தில் பறிகொடுத்துவிட்டு தானும் தனக்கு கீழ் மூவருமாய் நின்ற கோலம் இன்னும் கண்முன். கிழவி மட்டும்கூட இல்லையென்றால் அத்தனை பேரும் என்னவாகியிருப்போம் என்று யோசிக்க முடியாத தருணம் அது.

தானும் படித்து ஆசிரியர் வேலைக்கு போய், தன் தம்பிகள் இரண்டு பேரையும் தங்கையையும் படிக்க வைத்து வேலை வாங்கி கொடுத்து திருமணமும் செய்து வைத்து அவங்க பிள்ளைங்களையும் பார்த்து, எல்லாமே முடிந்துவிட்டது போலிருந்தது மீராவிற்கு.

கிழவி தீர்க்கதரிசியாய் சொல்லிகிட்டே இருந்தாள், 'நீ முதல்ல கல்யாணம் பண்ணிக்கோ, கட்டிகிறவனோட சேர்ந்து இவங்களுக்கு செய்...' ன்னு. மீரா கேட்கவில்லை. வருகிறவன் எப்போவும் ஒரே மாதிரி இருப்பானா என்ன, ஒரு நாள் இல்ல ஒரு நாள் சொல்லி காமிப்பான், ஏதாவது ஏடாகூடமாக

பேசிருவான்,தான் மட்டுமே சமாளிக்கலாம்ன்னு முடிவு செய்து வாழ்ந்தும் முடித்துவிட்டாள்.

போன வருடம் மஞ்சள் காமாலையில் பாதிக்கப்பட்டு படுக்கையில் இருந்தபோது, கடைசி தம்பி சம்சாரம், ‘அக்கா, இத்தனை வருஷம் நீங்க வேலைக்கு போகும்போது, காலையில ராத்திரியிலன்னு அரக்க பறக்க சமைச்சு வீட்டைப் பார்த்துகிட்டு இருந்திருக்கேன். சலிச்சே போச்சு எனக்கு. இப்போவும் படுக்கையில படுத்துகிட்டு இருக்கிற உங்களையே பார்க்கனும்னா எரிச்சலாக இருக்கு...’ ன்னு தன் முகத்துக்கு நேராகவே சலித்துக்கொண்டது நினைவில்.

அவங்க வீட்டு விசேஷத்திற்கு எல்லாம் போகும்போது, தன் நகையை கொடுத்து அனுப்புவதும் அங்க போயிட்டு வந்தபிறகு, அக்கா, இது எனக்கு நல்லாயிருக்குன்னு அம்மா சொல்லிச்சு, நானே வச்சுகிறேன்ன்னு சொல்லி அந்த நகையை தங்கல்யம் பண்ணிக்குவதும் வழக்கமாகவே இருந்தது அந்த வீட்டில். சரி போகட்டும், நம்ம குடும்பம்தானேன்னு இவளும் அதிகமாய் கண்டுகொள்வதில்லை.

பெரியவனின் பொண்ணுக்கு, வேலையில்லாம வீட்டில் சொத்து இருக்குன்னு ஒரு மாப்பிள்ளையை தரகர் கூட்டி வந்தபோது, வேண்டாமென மீரா சொன்னதற்கு வீட்டில் பெரிய சண்டையே ஆனது. ‘உங்களுக்கு குடும்பம் குட்டின்னு இருந்தாதானே தெரியும்...’ என்று வார்த்தைகள் தடித்தபோது, உடைந்தே போனாள். இவ்வளவு நாளாக இவங்கதான் தன் குடும்பம்ன்னு நம்பியது எல்லாமே பொய்யா என்று தலையே சுற்றியது அவளுக்கு.

அன்றிலிருந்து கிழவி சொன்ன மொட்டையா நிப்பேடி என்னும் வார்த்தைகளின் உண்மை உரைக்கத் தொடங்கியது. அதன் பிறகு நடந்த சம்பவங்களின் கோர்வையாய் உறவுகளை விட்டு முற்றிலுமாக விலக முடிவு செய்து, சென்னையிலேயே இருக்கக்கூடாது என யோசித்து, கோயம்புத்தூரில் தோழி ஒருவர் சொன்ன இல்லத்திற்கு கிளம்பிவிட்டாள். நான்கு மாதங்களுக்கு முன்பே வேலையை விட்டுவிட்டாள். அது தெரிந்ததும், வீட்டில் எல்லோரும் முகத்தைத் திருப்பிக்கொண்டார்கள்.

அமெரிக்காவில் இருந்து இந்தியா திரும்பிய மனிதர் ஒருவர் நடத்தி வருகின்ற முதியோர் இல்லம் அது. ஒரு அதிகாலையில் எல்லோரும் ஒரு கல்யாணத்திற்கு ஊருக்கு சென்ற சமயம் பார்த்து சொல்லாமல் கொள்ளாமல் கிளம்பியும் விட்டாள்.

அழகான மலையடிவாரம். பூக்களுக்கு இடையில் அந்த வளைந்த முகப்பு, 'கற்பகம் இல்லம்'.

உள்ளே பெரிய தோட்டம், சிலர் அதில் நடந்துக் கொண்டிருந்தார்கள். அதை தாண்டி, வெளிச்சத்திற்காக கண்ணாடியால் மூடப்பட்ட திறந்தவெளி. நிறைய வயதானவர்கள், ஆண்களும் பெண்களுமாய். நாற்காலிகளில் அமர்ந்து பேசிக் கொண்டிருந்தார்கள்.

உள்ளே வந்த மீராவை, 'வாங்க, நீங்க தானே மீரா ? நான் கல்யாணி. இங்கே தங்கியிருக்கேன்' என்று பேசியபடி ஒரு பெண்மணி வந்தார். 'ஆமாம். நான்தான் மீரா, ஹெச் எம். இங்கே பாலசுப்ரமணியம் சார் யாரு?' என்ற மீராவின் கேள்விக்கு, 'கொஞ்சம் இங்கே உட்காருங்க...' என்று சொல்லிவிட்டு, 'பாலு...' என்று உள்நோக்கி அழைத்தார்.

'இதோ...' என்றவாறே வேட்டியை மடித்து கட்டியபடி வந்த அந்த நாற்பது வயது மதிக்கத்தக்க மனிதரைப் பார்த்து, 'நீங்க...' என்றார்.

'வாங்க, நான்தான் பாலு... என்ன இப்படி திகைச்சு போய் நிக்குறீங்க. அமெரிக்காவில் இருந்து வந்தவன்னு சொன்னானே, இப்படி இருக்கானேன்னா...' என்று சிரித்தபடி பேச, மீராவுக்குள் இன்னும் உறவுகளின் நடிப்பின் மிச்சங்களே ஓடிக்கொண்டிருந்தது. அவர் சிரிப்பும் அப்படிதான் தோன்றியது.

'சரிங்க, என் அறை எது?' என்று கேட்கவும், ஒரு நிமிடம் திகைத்து, பின், வாங்க என்றபடி முன் நடந்தார்.

'அறையில் ஏ சி இருக்கு, ஹீட்டர் இருக்கு, டிவி இருக்கு, இதுதான் ஹீட்டர் சுவிட்ச். எல்லா பேப்பரும் காலையில் கீழே இருக்கும். போய் படிச்சுக்கலாம். சாப்பாடு டைனிங் ரூம் வந்துதான் சாப்பிடனும்ங்க. ரொம்ப நடக்க முடியாதவங்களுக்கு மட்டும்தான் நாங்க ரூமில்கொண்டுவந்து கொடுப்போம். வேற ஏதாவது வேணும்ன்னா ரூமில் போன் இருக்கு. ஏழு அடிங்க. வந்துருவேன். சாயங்காலம் இல்லத்துக்கு உள்ளேயோ வெளியேயோ நடக்கலாம். இந்த பகுதிக்குள் வாகனங்கள் அதிகமாய் வராது.' என்றார் பாலு.

'ஓ. சரி. நான் ஹிந்து பேப்பர்தான் படிப்பேன். எனக்கு ஒண்ணு தனியா ரூமுக்கு அனுப்பிடுங்க. அப்புறம் சாப்பாடும் ரூமுக்கே வேணும். கும்பலோட உட்கார்ந்து சாப்பிட மாட்டேன். காசு வேணும்னாகூட குடுத்துடறேன். அப்புறம் எல்லாத்துக்கும்

நீங்கதான் வருவீங்களா. வேற எடுபிடி யாரும் இல்லையா என்ன' என்று கேட்டாள்.

'இருக்கான். சண்முகம்ன்னு பேருங்க. நீங்க சொன்னபடி ரூமுக்கே கொடுத்துவிடறேன். காசெல்லாம் வேண்டாம்ங்க. இப்போ சாயங்காலத்து காப்பி டிபன் கொடுத்து அனுப்பட்டுமா?' என்று கேட்க, தலையாட்டினாள் மீரா.

கீழே வந்த பாலுவிடம், கல்யாணியம்மா,' என்னப்பா இப்படி உம்மூனாம் மூஞ்சியா இருக்காங்க... சிரிக்கவே காசு கேப்பாங்களோ...' என்று சொல்ல, 'இப்போதானே வந்திருக்காங்க. அவங்க மனசுக்குள்ளே என்ன கஷ்டத்தோட வந்திருக்காங்களோ. யாரும்கொண்டு விடல. தனியா வந்து இறங்கியிருக்காங்க. போக போக பழகிடுவாங்க. அப்புறம் உங்களை விட அதிகமாய் அரட்டை அடிக்க போறாங்கம்மா...' என்று சிரித்துகொண்டே பாலு சொன்னான்.

கல்யாணியம்மா கண் கலங்கிவிட்டார்.' உனக்கு ஒரு குறையும் வராதுப்பா...' என்றார். 'சரிம்மா, அவங்களுக்கு காப்பி அனுப்ப சொன்னாங்க. சொல்லிட்டு வரேன்' என்றபடி நகர்ந்தான் பாலு.

காலையில் கண் முழித்து தன் படுக்கை இது இல்லையென்ற உணர்வு மீராவுக்கு வந்தபோது, அழுகை வரும் போல் இருந்தது. பணத்துக்காகவே வாழறவங்களை இத்தனை நாள் நம்பி இருந்துட்டோமே என்று முணுமுணுத்தபடி பல் தேய்க்க கிளம்பினாள். கதவுக்கடியில் பேப்பர் இருந்தது. எடுத்து வைத்துவிட்டு, கைப்பேசியை ஆன் செய்தார். மூன்று மிஸ்டு கால்கள் இருந்தன. ஒன்று பெரிய தம்பியிடம் இருந்து இன்னொன்று தங்கச்சிகிட்டே இருந்து, அடுத்தது தோழிகிட்டே இருந்து. முதலில் தோழியை அழைத்தார்.

அவகிட்டே பேசிட்டு விஷயத்தை மொத்த குடும்பமும் வாங்கிட்டு போனே பண்ணாமல் இருக்காங்க என்று நினைத்தபோது மீராவுக்கு கோபமாக வந்தது. என் வாழ்க்கையையே அடகு வச்சிட்டேன் என்று வாய் திறந்து புலம்பிக்கொண்டிருக்கும்போது கதவு தட்டும் சத்தம்.

வந்து ஒரு வாரம் ஆயிற்று. ரூமிலேயேதான் எல்லாம். ஜன்னல் வழியாய் மலைகளையும் மலர்களையும் பார்ப்பதோடு சரி. இரண்டு முறை போன் பண்ணி பேசினான் பெரியவன். பசங்களுக்குகூட அத்தை பெரியம்மா என்ற பாசம் இல்லாமல் போய்விட்டதே என்ற வருத்தம் மேலோங்கியது. இங்கே வந்திருக்க வேண்டாமோ.

அகிலா ☆ 37

அடியோ பிடியோ அங்கேயே இருந்திருக்கலாமோ என்றும் தோன்றியது. சே, அவ்வளவு மானம் கெட்டா போய்விட்டோம் என்றும் தோன்றியது மீராவிற்கு.

ஏனோ இங்கே இருப்பவர்களோடு மனது ஒட்டவில்லை. எல்லோரும் வயசானவங்க, பிள்ளைங்க துரத்திவிட்டு வந்து இருக்கிறவங்கன்னு ஓர் எண்ணம் இருந்தது அவளுள். நாம நாமாகவே வந்திருக்கோம் என்பதில் ஒரு பெரிய கௌரவம் இருந்தது மீராவிற்கு. அதுவும் இல்லாமல், அவள் வயதில் அங்கு யாருமில்லை. அதனால், அவள் யாரிடமும் சிரிப்பதில்லை. பேசுவதில்லை. காலையில் குளித்துவிட்டு சற்று நேரம் ரூம் ஒட்டிய பால்கனியில் வந்து நிற்பதுண்டு. அப்போது யாராவது குட்மார்னிங் சொன்னால் பாதி சிரிப்போடு உள்ளே வந்துவிடுவாள்.

இந்த பாலுவும் காலையிலும் மாலையிலும் நடக்க முடியாதவங்களைக் கைதாங்கலாக நடக்க வைப்பதும், தோட்ட வேலை செய்வதும் அப்புறம் எங்கோ கிளம்பி போவதும் மதியம் வருவதும் திருப்பி போவதும் ஜன்னல் வழியே பார்த்துக்கொண்டுதானிருக்கிறாள் மீரா.

கதவு தட்டும் சத்தத்திற்கு திறந்தாள். சண்முகம், ‘அம்மா, டாக்டர் வந்திருக்கார். உங்களை வரச்சொன்னாங்க.’ என்றான்.

‘எனக்கு எதுவுமில்லை. பிபி மருந்து எடுத்துகிட்டுதான் இருக்கேன். ஒன்னும் பிராப்ளம் இல்லைன்னு போய் சொல்லிரு.’ என்றாள் வெடுக்கென்று.

‘இல்லம்மா... வரணும், எல்லோரையும் அவர் செக் பண்ணனும்மா ‘ என்றான்.

கீழே இறங்கிவந்தால், எல்லோரும், ஒரு வெள்ளை சட்டை மனிதரிடம் உடகார்ந்து பேசிகிட்டு இருந்தாங்க. இவங்களைப் பார்த்ததும் கல்யாணி அம்மா ‘வாங்க...’ என்றார்.

‘சரி, என்னை செக் பண்ணுங்க...’ என்று அந்த மனிதரிடம் சொன்னார்.

‘அம்மா நானில்லை டாக்டர். என் மகன்தான். இதோ வரான் பாருங்க...’ என்றார்.

பக்கத்து அறையிலிருந்து வெளி வந்தார் ஒரு இளைஞர்.

‘இப்போ எப்படியிருக்கு தம்பி அவருக்கு ?’ என்றார் ஒருவர்.

‘பரவாயில்லை, நார்மலுக்கு வந்துட்டார்...’

'முந்தா நாள் ராத்திரி பதறி போயிட்டோம் தம்பி. நல்லவேளை நீங்க வந்துட்டீங்க ஊரிலிருந்து.'

இவர்கள் என்ன பேசிக்கொள்கிறார்கள் என்று மீராவிற்கு புரியவில்லை. 'ஏன், என்ன ஆச்சு?' என்றாள்.

'அவருக்கு செஸ்ட் பெயின் மாதிரி வந்து, இப்போ பரவாயில்லை. நீங்கதான் அறையை விட்டு வெளியே வருவதில்லையே.' என்றார் தாடியோடு இருந்த ஒருவர்.

'யார் இவங்க... புதுசா வந்திருக்காங்களா என்ன' என்று டாக்டர் கேட்க, 'ஆமாங்க ' என்றார் கல்யாணியம்மா.

'வாங்க. இங்கே உட்காருங்க.'

பரிசோதித்து பார்த்துவிட்டு, பிபி நார்மல்தான்மா உங்களுக்கு. இதே மருந்தையே எடுத்துக்கோங்க. இல்லே வேற எழுதி தரவா என்று கேட்டார்.

'என்ன டாக்டர், இதே காம்பினேஷன்ல வேற பெயரில் கொடுப்பீங்க. நான் ஒன்னும் இங்கே இருக்கிறவங்க மாதிரி இல்ல. எனக்கு வெளி உலகம் தெரியும்' என்று பட்டென்று பதில் சொல்லவும், ஒரு நிமிடம் எல்லோருமே அசையாது நின்றுவிட்டார்கள். அந்த இளைஞர் எழுந்து பேச முற்படுகையில், அங்கே வந்த பாலு, மீராவிடம், 'சரிம்மா, நீங்க போங்க உங்க ரூமுக்கு...' என்றார்.

அவர் போனபிறகு, எல்லோருமே என்ன அந்தம்மா தன் இஷ்டத்துக்கு பேசிட்டு போகுது. அப்போ நாங்கெல்லாம் என்ன படிக்காமல் வேலை பார்க்காமலா வந்திருக்கோம், இல்லை வசதியில குறைந்தவங்களா என்று முணுமுணுக்க பாலு, 'நான் அவங்க கிட்டே பேசுறேன்' என்றார்.

மீரா டிவி பார்த்துக்கொண்டிருக்கையில், கதவைத் தட்டி, பாலு உள்ளே வர, 'வாங்க...' என்றார்.

'அம்மா, உங்ககிட்டே கொஞ்சம் பேசணும்...'

'சொல்லுங்க...'

'உங்க சொந்தக்காரங்க நெருங்கிய உறவுக்காரங்க நம்பர் வேணும். ஏதாவது அவசரம்னா சொல்லணும்...'

'நான் நல்லாதானே இருக்கேன்...'

'இது ஒரு பார்மாலிட்டி. அன்னைக்கே வாங்கியிருக்கணும். மறந்துட்டேன்...'

அகிலா ☆ 39

‘சரி, என் பெரிய தம்பி, சரவணன் நம்பர் இது, இது என் சின்ன தம்பி கண்ணன் நம்பர் இது, இது என் தங்கச்சி சரஸ்வதி நம்பர் இது, பார்த்து எழுதிகோங்க...’ என்று ஒரு சிறு டெலிபோன் கையேடை காட்டிச் சொல்ல, பாலுவும் எழுதிக்கொண்டார்.

‘சாயந்திரம் ஒரு அஞ்சு மணிக்கு ரெடியா இருங்க. நம்ம தோட்டத்திற்கு முன்னாடி ஒரு சிறு கோவில் இருக்கு. குணமான அவருக்காக இன்னைக்கு பூஜை இருக்கு. கீழே வந்திருங்க...’

‘சரி...’ என்றாள் மீரா.

பிள்ளையார் கோவில் ஒரு கேட் போட்டு சின்னதாய் அழகாய் இருந்தது. தினமும் திறந்திருக்குமோ, வரும்போது நாம இதை ஏன் கவனிக்கலை என்றெல்லாம் யோசித்துக்கொண்டிருந்தாள். அங்கே உள்ளே கட்டப்பட்டிருந்த கல் பெஞ்சில் போய் உட்கார்ந்துக்கொண்டாள்.

ஒருவரை ஒருவர் பெயரிட்டு அழைப்பதும், சிலர் தோள்மீது கைபோட்டு சிரித்து பேசிக்கொண்டிருப்பதையும் பார்த்துகொண்டிருந்தாள்.

வீட்டில் இருப்பவர்களே ஒருத்தரோடு ஒருத்தர் அனுசரிப்பதில்லை. இது என்ன போலித்தனம் என்றே தோன்றியது அவளுக்குள். அப்படியே இருந்தாலும் எல்லோரும் வயசானவங்க. அடுத்தடுத்து செத்தும் போயிருவாங்க. யாருன்னே தெரியாத ஒருத்தர் கிட்டே எதுக்கு இப்படி ஒட்டிகிறாங்க என்றே மனசு யோசித்தது.

ஐயர் வந்து பூஜை செய்துவிட்டு, எல்லோருக்கும் பிடி கொழுக்கட்டை கொடுத்துவிட்டு போனார். எல்லோரும் உட்கார்ந்து சாப்பிட்டுக்கொண்டிருந்தார்கள். பாலு இவளை நோக்கி வந்தார். இவளுடன் அமர்ந்துகொண்டார்.

‘கோவிலுக்கு போனால் கொஞ்சம் நேரம் சன்னதிக்கு வெளியே உட்கார்ந்திட்டு போகணும் இல்லையா. வயசானவங்க கீழே உட்கார முடியாதே. அதுக்காகத்தான் இந்த சிமெண்ட் பெஞ்சு.’

‘ஆமாம். சரிதான் ‘ என்றார்.

‘உங்களுக்கு எத்தனை வயசாகுது’

‘48’

‘அவருக்கு 94, இவங்களுக்கு 78, இந்த அம்மாவுக்கு 52, உங்களைவிட வயசு எல்லோருக்கும் வயசு அதிகம். அவங்க டெல்லில ஹோம் டிபார்ட்மென்ட்ல செகரெட்டரி லெவல்ல

வேலை பார்த்தவங்க. இரண்டு வருஷம் முன்னாடி கண் பாரவை போயிருச்சு ஒரு ஆசிட் வீச்சுல. அதுக்கு அப்புறம் எவ்வளவு செய்து பார்த்து கடைசியில் அவங்க அக்கா இங்கேதான் இருக்காங்க. அப்படியே இவங்களும் வந்துட்டாங்க...

இப்படி இங்கே இருக்கும் ஒவ்வொருத்தருக்கும் ஒரு வயசு, ஒரு கதை. யாரும் சாதாரணபட்டவங்க இல்லை. அவங்க ரெண்டு பேரும் யு எஸ் லே வேலை பார்த்தவங்க. எல்லோருமே பிள்ளைங்க துரத்தி வருவதில்லைம்மா. ஒரு சிலர் மட்டும்தான் குடும்ப பிரச்சனையில் கஷ்டப்பட்டு வராங்க. மற்றவங்க தானாகவே வந்து இருக்காங்க. தனியாக இருப்பதை விட, இங்கு நாலு பேரோட இருக்கலாம். நிறைய பேசலாம், பகிர்ந்துக்கொள்ளலாம் என்கிற ஆசை. பார்த்துக்குவாங்க என்கிற நம்பிக்கை.

வயதில் ஏற்ற இறக்கங்கள் இருந்தாலும் யாரும் இங்கு அக்கா, அப்பா, அம்மா, அண்ணா என்று உறவின் பெயர்கள் சொல்லி அழைப்பதில்லை. பெயரிட்டே கூப்பிடுவதை கவனிச்சிருப்பீங்க. இங்கு இருப்பவர்களில் நாலு பேர் எழுதுறாங்க. ரெண்டு பேர் புக் போட்டிருக்காங்க. எல்லோருமே ஓவியம் வரைந்து அதை ஒரு கண்காட்சியாககூட வைத்திருந்தோம். முடிந்ததை செய்றாங்க. அன்பாய் இருக்காங்க.

உங்களுக்கு, இங்கு இருக்கிறவங்க மேலே நல்ல அபிமானம் வரணும், நீங்க இவங்க கிட்டே நல்லா பழகணும்ன்னு நான் இதையெல்லாம் உங்ககிட்டே சொல்லவில்லை. நீங்க நீங்களாகவே இருங்க.

அன்று டாக்டரிடம் நீங்க சொன்னதை கேட்டேன். இவ்வளவு படித்த இவர்களுக்கும் தெரியாதா என்ன, நீங்க சொன்ன விஷயம். நாம் பேசும் விஷயம் யாரையும் காயப்படுத்தாமல் இருக்கவேண்டும்.

இந்த உலகத்தில் எல்லாவற்றிற்கும் ‘உண்டு, இல்லை’ என்ற இரண்டு தேர்வுகள்தான் இருக்கும் என்றில்லை. இருந்தாலும் இருக்கலாம், இல்லாமலும் இருக்கலாம், இப்போது இல்லாமல் நாளைக்கு இருக்கலாம் என்று இடையில் நிறைய தேர்வுகள் நாம் தேர்ந்தெடுக்க இருக்கின்றன.

நாம் இதில் ஒன்றை தேர்ந்தெடுத்து வாழ்கிறோம். உங்களின் பாதை திருமணம் வேண்டாம் என்பதாய் ஒரு கட்டத்தில் இருந்திருக்கிறது. பின்பு மற்றவர்கள் அவரவர் வாழ்க்கையைப் பார்க்கும் சமயம், நீங்க என்ன இழந்தீங்க என்பதை உணர

ஆரம்பித்துள்ளீர்கள். அதன் வெளிப்பாடாய் நிறைய விஷயங்கள். கடைசியில் இந்த முடிவு.

நேற்று உங்க தம்பியிடம் பேசினேன். ரொம்ப வருத்தப்பட்டாங்க. 'பணத்துக்காக நாங்க எதுவும் சொல்லவில்லை. அவங்கதான் எங்களை படிக்க வச்சி இவ்வளவும் செய்திருக்காங்க. இப்போ எங்க குடும்பங்களில் சில சில பிரச்சனைகள் இருக்கும்போது, இவங்க தலையீடை எங்க மனைவிமார் விரும்புவதில்லை. அன்று இருந்ததுபோலவே இன்றும் இருப்பது இயலாத காரியம்.

வயது, அலுவலக சுமைகள், பிள்ளைகளின் பிரச்சனைகள், இப்படி எங்களுக்கே எங்களுக்கான கடமைகள். இதை நாங்கதான் சுமக்க வேண்டும் என்று எங்க வீடுகளில் விரும்பும்போது, இவங்களை நாங்க ஒதுக்கி வைப்பதாய் இவங்க மனசுல சங்கடம்.

அன்பை பகிர்வதில்தான் பிரச்சனை. இருபத்தைந்து வயதில் எங்க அக்காவிடம்கொண்டிருந்த அன்பு இன்று என் மனைவி, பிள்ளைகள் என்று பகிரப்படுகிறது. நாளை அவர்களுக்கு வருபவர்கள், பேத்தி பேரன் என்றும் பகிரப்படும். அதற்காக அன்பு குறைந்துவிட்டதாய் அர்த்தமில்லை. அதை அவங்களாலே ஏற்றுக் கொள்ளமுடியவில்லை.

அவங்க உங்ககூட சந்தோஷமாக இருந்தால் பரவாயில்லை. எங்ககூட இருக்கனும்ன்னு ஆசைப்பட்டால், எங்க மனைவிமார்களால் அவங்க மரியாதை குறையாமல் தனி வீட்டில் வைத்து நாங்களே பார்த்துக் கொள்கிறோம்.

நாங்க போன் செய்தால் எடுக்க மாட்டேங்குறாங்க. நீங்களே அவங்ககிட்டே கேட்டு சொல்லுங்க. நாங்க கிளம்பி வரோம்.'

இப்படி சொல்றாங்க உங்க வீட்டில். அன்பு அதிகமாக இருக்கு உங்க வீட்டுக்குள்ளேயும். ஒரு கோபத்திலதான் இப்படி நடந்தது என்றும் கண்டிப்பாக திரும்பி வருவீங்கன்னு நம்புகிறாங்க. உங்க மனசுலகூட அப்படிதான் நினைக்கிறீங்கன்னும் எனக்கு தோணுது. அதனால்தான் இங்கு யாரோடும் ஒட்டாமல் இருக்கீங்க.

என் பெற்றோர் கொடிய காசநோயால் இறந்தபிறகு, என்னை வளர்த்தது எல்லாம் என் அத்தைதான். அவர்களின் ஆசைக்காகத்தான் இந்த இல்லம். அவங்களும் நானுமாய் இங்கேதான் இருக்கிறோம். இதோ நம் இல்லத்தின் பின்புறமாய் இருக்கிறதே ஒரு சிறு ஓடு வீடு, அதுதான் எங்க இருப்பிடம். நான் அமெரிக்கா போய் சம்பாதித்த பணம்கொண்டுதான் அத்தை இதை செய்ய சொன்னாங்க.

இதை ஆரம்பித்து கிட்டத்தட்ட எட்டு வருடங்கள் ஆயிற்று. இங்கும் ஒரு பிசினஸ் செய்கிறேன். திருமணம் ஆகவில்லை. இரண்டு பெண் குழந்தைகளை எடுத்து வளர்க்கிறேன். நீங்க பார்த்திருப்பீங்க யூனிபார்ம் போட்டு இருவரும் பள்ளி செல்வதை.

அன்பு எங்கும் இருக்கும்மா. உங்களுக்கு உள்ளேயும் நிறைய இருக்கு. அதை வெளிப்படையாக காண்பிக்க யோசிக்கிறீங்க. அவ்வளவுதான்.

சரிம்மா, உங்க வீட்டிலிருந்து யாரையாவது வர சொல்லலாமா என்பதை யோசித்து சொல்லுங்க. இப்போ உள்ளே போகலாம்...' என்று சொல்லியபடியே எழுந்தார்.

இரவு டைனிங் ஹாலில் பேச்சும் சிரிப்புமாய் எல்லோரும் சாப்பிட்டுக்கொண்டிருக்க, 'சண்முகம், மீராம்மாவிற்கு சாப்பாடு எடுத்துட்டு போ' என்ற பாலுவின் குரலுக்கு, 'நானும் இங்கேயே சாப்பிடுறேனே' என்ற சத்தத்திற்கு எல்லோரும் திரும்பி பார்க்க, மீரா அங்கே.

'நான் இங்கேயே இருக்கேன். என் தம்பிகிட்டே பேசிட்டேன்' என்று சொன்ன மீராவை எல்லோரும் ஆச்சரியத்துடன் பார்த்தார்கள். அதன்பின் வந்த வாரங்களில் அவர்களோடு மீராவும் ஒருத்தியாய் மாறிப்போனது என்னமோ உண்மைதான்.

கல்யாணி அம்மாதான் மீராவிடம் அதிகமாய் ஒட்டிக் கொண்டார். அன்றொரு நாள் உடம்பு சரியில்லாமல் போன அந்த மனிதரைப் பற்றி அதிகமாய் பேசுவார். முடிந்த வரை கல்யாணியம்மாவே அவரை சென்று கவனித்து வருவதையும் மீரா பார்த்திருக்கிறாள். முழுநேரமும் அவர் படுக்கையில்தான். சில நேரம் எழுந்து உட்காருவதும் உண்டு. மீரா இன்னும் சரியாக அவரை பார்க்கவில்லை. தாடியை மட்டும் எடுக்க யாரையும் அனுமதிப்பதில்லை என்று கல்யாணி அம்மா சொல்வதுண்டு.

ராஜன்கூட இப்படிதான் என்று நினைவுக்கு வந்தது மீராவுக்கு. அவளோடுகூட வேலை செய்தவன். இவளை மிகவும் காதலித்தவன். இவளுமே அவனை மிகவும் விரும்பினாள். எப்போதும் தாடியுடனே இருக்கும் அவனிடம், தாடியை எடுக்கச் சொல்லி மீரா சொல்லும் போதெல்லாம், என்கூட வாழனும்னா, என் தாடிகூடவும்தான் வாழணும்ன்னு சிரிச்சுகிட்டே சொல்வான்.

சந்தர்ப்பங்கள் சரியாக பொருந்தாத தன் வாழ்க்கையில் இருந்து ஒரு கட்டத்தில் அவனை விட்டு விலகியது நினைவுக்கு

வந்தது. இத்தனை வருடங்களாய் அந்த குற்ற உணர்ச்சி அவ்வப்போது எட்டிப் பார்த்தாலும், என் குடும்பமே என்னை நம்பிதானே இருந்தது, நான் எடுத்த முடிவு சரிதான் என்னும் சமாதானமும் இருந்தது அவளுள். இப்போது அதுவும் இல்லை. இழந்திருக்கிறேன் போலும் நிறைய என்பதை இங்கு வந்து நிதானமாய் யோசிக்கும்போதுதான் வலித்தது அவளுக்கு.

கல்யாணி அம்மாவின் குரலுக்கு நிஜத்திற்கு வந்தாள். அவர் சற்று புத்தி பேதலித்தது போல் இருந்தாலும், வேலைக்கு போய் வந்துக்கொண்டுதான் இருந்தாராம். துணையாய் இருந்த அவரின் அப்பாவும் போய் சேர்ந்தபிறகு, வேலைக்குப் போகாமல் பித்துபிடித்ததுப்போல் இருந்தாராம். வெளிநாட்டில் இருக்கும் அவரின் தங்கைதான், அவரை இங்கே விட்டுச் சென்றதாகவும் சொன்னார்கள்.

உடம்பு முடியாமல் இருந்தபோது, அவரின் தங்கைக்கு போன் போட்டார்களாம். 'நீங்களே ஆள் போட்டு பார்த்துக்கோங்க. பணம் வேண்டுமென்றால் அனுப்புறே' ன்னு சொல்லிட்டாங்களாம்.

ஆள் யாரும் கிடைப்பதில்லைம்மா. நான்தான் அவ்வப்போது பார்த்துக் கொள்கிறேன். அவரே முடிந்த வரை செய்துக் கொள்கிறார். சட்டுன்னு எந்திக்க முடிவதில்லை. அப்போ உடனே அவருக்கு கோபம் வந்துவிடும். முணுமுணுன்னு தனக்குதானே திட்டுவார். பார்க்க ரொம்ப பாவமாக இருக்கும்.

'உங்ககூட நான் அவரை பார்க்க ரூமுக்கு வரலாமா...' என்ற மீராவின் கேள்விக்கு, கண் விரித்து பார்த்தார் கல்யாணி அம்மா.

'வரலாமே' என்றார் சிரிப்புடன்.

'அவர் பெயரை நீங்க சொல்லவேயில்லையே...' என்னும் கேள்விக்கு, 'ராஜன்...' என்றார் கல்யாணி.

சில மாதங்களுக்கு பின், கைத்தாங்கலாய் மீரா ராஜனை அழைத்துக்கொண்டு வந்து, பிள்ளையார் கோவில் திண்டில் அமர்த்தினாள்.

மற்றவர்கள் சாமி கும்பிட்டுக்கொண்டிருக்க, பாலு இவர்களை நோக்கி வந்தார்.

'உட்காருங்க பாலு...' என்றார் ராஜன்.

'பரவாயில்லையே. நல்லா பேசுறீங்களே. இப்போ நல்லாவே சரியாகிட்டீங்கன்னு டாக்டரும் சொன்னார். உங்களைக்

கவனிச்சுகிற மீராம்மாவிற்குதான் நன்றி சொல்லணும்.' என்றார் பாலு.

'இப்போ இவர் அதிகமாய் படுப்பதில்லை. நல்ல முன்னேற்றம் தெரிகிறது. எல்லாமே உங்களாலேதான் பாலு. என்னுடைய எண்ணங்களில் இருந்த அழுக்கை நீக்கி, எனக்கும் இவருக்கும் ஒரு புது வாழ்வைக் கொடுத்திருக்கீங்க. வாழ்க்கையில் இருக்கும் கடமைகளை நிறைவேற்ற நம்ம சந்தோஷத்தை இழக்கனும்னு அவசியமில்லை என்கிற அனுபவத்தையும் புரிய வச்சீங்க. காதலித்தப்பவே நான் இவரை ஏத்துகிட்டு இருந்திருந்தால், இவருக்கு இந்த நிலை வந்திருக்காது.' என்று வருத்தம் தொனிக்க சொன்னாள் மீரா.

'விடுங்க மீராம்மா. இப்போதான் சேர்ந்துடீங்களே... ஆமா, இப்போ எப்படி தாடியை எடுத்துட்டார்? ' என்ற பாலுவின் கேலி தொனிக்கும் கேள்விக்கு, ராஜனே பதில் சொன்னார், 'இல்லேன்னா, இவ போய்றேன்னு சொன்னா. இனி இவளை எப்படி இழப்பது, அதுதான் தாடியே போகட்டும்ன்னு எடுத்துட்டேன்...' என்றார் சிரிப்புடன். அதே சிரிப்பு மீராவின் கண்களிலும்.

~ சூரியக்கதிர், நவம்பர் 2016

லாடம்

அந்த பெரிய சாலையில் ஒன்றிரண்டு கார்களும் பஸ்களையும் தவிர வேறு வாகனங்கள் இல்லை. பாரம் ஏற்றிச் செல்லும் மாட்டுவண்டிகளின் வரிசை, சின்ன மணியோசைகளுடன் பாடிக்கொண்டே் சென்றது.

அந்த அழகான மாலை நேரத்தில் பெரிய தார் சாலையின் ஓரமாய் மெலிதான காற்றுடன் நடப்பது அவளுக்கு மிகவும் பிடிக்கும். தினமும் அவள் இவ்வாறு தன் குழந்தையுடன் நடந்து செல்வது வழக்கம். சேலையின் முந்தானையை ஒரு கையிலும் இரண்டு வயதுகூட நிரம்பாத நவீனை இன்னொரு கையிலுமாக பிடித்துக்கொண்டு நடப்பது சற்று சிரமமாய் இருந்தாலும் அவனுக்கு சாலையின் ஓரமாய் இருக்கும் ஒற்றை பனைமரங்களைக் காட்டி கதைகள் சொல்லிக்கொண்டு வருவது பிடித்தமாய் இருந்தது அவளுக்கு. சிறிது தூரம் நடப்பதற்குள் கால் வலிக்கிறது என்பதாய் ஒரு பாவனை செய்வான். உடனே தூக்கிக்கொண்டு நடப்பாள்.

எதிரில் நடந்து வந்த கந்தராய ஆசாரி, அவள் நடந்துச் செல்வதை ஏன் நடந்துப்போகனும் என்பதுபோல் பார்த்து பவ்யமாய் ஒரு சிரிப்புடன் ‘அய்யா ஸ்டேஷனில்தான் இருக்காவ’ என்று சொல்லியபடி நகர்ந்தார். வசுவின் கணவன் விளாத்திகுளத்திற்கு இன்ஸ்பெக்டர் ஆக வந்து மூன்று மாதங்கள் ஓடிவிட்டது.

புதிதாய் கட்டியிருந்த குடியிருப்பு பகுதியில் ஆசாரியின் இரண்டு வீடுகளில் ஒன்றில்தான் அவர்கள் வாடகைக்கு குடியேறி இருந்தார்கள். மற்றொன்றில் ஆசாரி குடியிருந்தார். அதிகமாய் வீடுகள் இல்லாத பகுதி அது. சுற்றி ஆற்றுமணல். ஆங்காங்கே பனைகள். காலை வேளையில் பதனி எடுப்பதில் ஆட்கள்

சுறுசுறுப்பாய் இருப்பார்கள். எல்லோரையும்போல, இவளும் ஒரு தூக்குவாளி எடுத்துப்போய் வாங்கி வருவாள். பழக்கமில்லாத புது வேலையாய் அது பிடித்திருந்தது அவளுக்கு.

பேருந்து நிலையம் தூரத்தில் தெரிந்தது. சாலையின் ஓரமாய் அந்த லாடம் அடிக்கும் கடை கண்ணில் பட்டது. எப்போதும் அதனருகில் வரும்போது சற்று இளைப்பாற அவளும் குழந்தையுமாக அங்கிருக்கும் மரத்தினடியில் சிறிது நிற்பது வழக்கம்.

லாடம் அடிக்கும் கடையில் லாடம் அடிப்பவன், குத்துக்காலிட்டு யாருக்காகவோ காத்திருப்பதுப்போல அமர்ந்துகொண்டிருப்பான். அவனோடு இருவர் இருப்பர். லாடம் பூட்டவிருக்கும் மாட்டை, அவர்கள் சேர்ந்து, முன்னங்கால்களிலும் பின்னங்கால்களிலும் கயிறு கட்டி அதை கழுத்துப் பக்கமாக சுற்றி இழுத்து மாட்டை கீழே சாய்ப்பது பாவமாக இருக்கும்.

மாட்டின் நான்கு கால்களையும் சேர்த்து கட்டிவிடுவார்கள் அவர்கள். லாடம் கட்ட இருப்பவன் அப்போதும் அசையமாட்டான், தான் பெரிய மகாராஜா என்பது போல் அமர்ந்திருப்பான். வித்தைக்காரனின் மிதப்பு அவனிடம் அதிகமாய் இருக்கும். வண்டிக்காரன் தன் மாட்டை கொம்புகளுடன் தரையில் அழுத்திபிடித்து அருகில் தன்னை இருத்திக்கொள்வான்.

எல்லாம் படிவத்திற்கு வந்தபிறகே எழுந்து வருவான். மாட்டின் கட்டியிருக்கும் கால்களின் அருகாய் அமர்ந்து, குனிந்து, அதன் குளம்புகளை மெதுவாய் சிராய்க்கத் தொடங்குவான். அதன் நெளிதல் தாங்கமுடியாமல் அந்த இடத்தைவிட்டு இவள் குழந்தையுடன் நடையை கட்டுவாள்.

ஒவ்வொரு நாளும் ஒவ்வொரு காட்சி. சிலசமயம் லாடம் மாட்டும்போது பார்க்க நேரிடும். இரும்பு லாடத்தை குளம்பில் வைத்து, ஆணியா அல்லது வேறு ஏதாவதா என்பது இவளுக்குத் தெரியாது, அதை உள்ளே இறக்குவான்.

சேலை கட்டும்போது. பெண்கள் சேலையில் குத்தும் பின்னை வாயில் வைத்திருப்பதுப்போல எதையோ வாயின் ஓரத்தில் வைத்து எடுத்து, அதில் வைத்து மெதுவாய் உள்ளிறக்குவான். நுண்ணிய வேலையாய் அது இவள் கண்களுக்கு படும். பொறுமையாய் மாட்டையும் தடவிக்கொண்டு அதற்கு வலிக்காமல் லாடமும் பூட்டுவது என்பதில் அவன் கற்றுத் தேறியிருப்பானோ என்று வியப்பாள்.

மாட்டின் வலியைப் பற்றி கவலைப்படாமல், வண்டிக்காரன் கொம்புகளைப் பிடித்துக்கொண்டே ஒரு பீடியுடன் சமாதானமாவான். சில வண்டிக்காரர்கள் சீக்கிரம் முடிக்கச் சொல்லி, அவனை திட்டிக்கொண்டே இருப்பார்கள். அதை எல்லாம் காதில் வாங்காமல் அவன் பாட்டுக்கு வேலை பார்ப்பான். அவன் பேசி அவள் கேட்டதேயில்லை. வேலை மட்டுமே கண்ணாயிருப்பான்.

ஒரு முறை மார்கெட் போய்விட்டு வீடு திரும்பும் வழியில், அவனைப் பார்க்க நேர்ந்தது. நெடுஞ்சாலையில் இருந்து திரும்பும் வழியில் இருக்கும் 'பொன்னுசாமி சா மில்' ஓரமாய் இருக்கும் ஓட்டு வீட்டின் முன் ஒரு பெண்ணை தலை மயிர் பற்றி அடித்துக்கொண்டிருந்தான். ஏகமாய் சத்தமிட்டு ஊர் கூட்டிக்கொண்டிருந்தான். ஆச்சரியமாய் உணர்ந்தாள்.

'கள்ளு குடிச்சா இவனோட இதே ரோதனை' என்று ஒரு கிழவி சொல்லிக்கொண்டே நகர்ந்தாள். சுற்றிலும் கூடுபவர்களைக் கண்டதும், இன்னும் அதிகமாய் சத்தமிட்டு, அந்த பெண்ணை எட்டி உதைத்தான். அந்த பெண் அவன் மனைவியாக இருக்கவேண்டும். அவன் லாடம் அடிக்கும் மாட்டைப்போலவே அடிகளை வாங்கிக்கொண்டு அமைதியாய் இருந்தாள்.

அவன் மாட்டிற்கும் மனைவிக்கும் வலிகளை மாற்றிக் கொடுக்கிறானோ என்ற யோசனையுடன், வசு விலகி நடக்கத் தொடங்கினாள்.

ஸ்டேஷன் வந்து சேர்ந்தபோது, ராகவ் ஒருவனை விசாரித்துக்கொண்டிருப்பது உள்ளே நுழையும் போதே தெரிந்தது. அவள் ராகவுக்கான தனி அறையில் குழந்தையுடன் போய் அமர்ந்துக்கொண்டாள். இது அவளின் வழக்கம். குற்றவாளியை ராகவ் நடத்துவதெல்லாம் குழந்தையின் கண்களில் படவேண்டாம் என்று நினைப்பாள். சில நேரங்களில் ராகவ் யாரையாவது அடிக்கும் சத்தம் கேட்கும். அப்போதெல்லாம் குழந்தைக்கு கதை சொல்லத் துவங்குவாள்.

ராகவுக்கு சற்று வேலை ஓயும் சமயம், நவீனுடன் சிறுது நேரம் செலவழிப்பான். அதன் பிறகே மூவரும் வீட்டுக்கு கிளம்புவார்கள். வரும் வழிதோறும் குழந்தையுடன் கொஞ்சிக்கொண்டும், மெதுவாய் அவனின் கன்னங்களைத் தட்டிக்கொண்டும் அவன் வருவதை

வசு பார்த்து ரசிப்பாள். அவ்வமயம் லாடம் பூட்டுபவனின் நினைவு வந்துப்போகும்.

தனக்கு பிடித்தமானவைகளை கையாளும் விதம் மனிதர்களுள் ஒரே ஒத்த மனப்பான்மையை தோற்றுவிக்கிறது. பிடித்தமானவைகள் மட்டும் மனிதனுக்கு மனிதன் வேறுபடுகிறது, லாடம் பூட்டுபவனுக்கு மாட்டை பிடித்திருப்பதுபோல என்று நினைத்துக்கொள்வாள்.

~ புதிய தரிசனம், நவம்பர் 2016

பிறழ்வு

'*சா*ப்பிட்டாயா...'

'ம்ம்...'

'இன்னைக்கு ஏன் இந்த கோபம்...' என்னும் கேள்விக்கு விக்கி விக்கி அழத்தொடங்கினாள்.

'உன் பலகீனமே அழுகைதான் சௌந்தர்யா... நிறுத்திவிட்டு பதில் சொல்லு, கோபம் ஏன் வந்தது...'

'அவங்க எல்லோருக்கும் நான் ஒரு ஜடப்பொருள் ஆயிட்டேன். இவ்வளவு நாளும் நான் செய்ததெல்லாம் மறந்து போச்சு. முன்னாடியெல்லாம் இந்த மனுஷன் பிள்ளைங்களைப் பத்தி, அவங்க அம்மா அப்பாவைப் பத்தி, அவரு தம்பி, தங்கச்சியை பத்தியெல்லாம் கவலைப்பட்டிருப்பாரா? நான்தானே எல்லாமே இழுத்துப்போட்டு செய்தேன். அம்பத்தஞ்சு வயசுக்கு மேலதான் நான் சரியில்லாம தெரியிறேனா. மகி எப்படி பேசினா, பார்த்தேல்ல... அம்மான்னுகூட அவளுக்கு மரியாதையை இல்ல. இவரும் அவகூட சேர்ந்துகிட்டு அதேதானே செய்றார்...'

இதற்கு மேல் பேசமுடியாமல் அழத்தொடங்கினாள்.

'நீ ஏன் பேசாம இருக்கே. அவங்க அப்படி பேசும்போது, எதிர்த்து நில்லு. அடுத்த தடவை உன்னை அவங்க காயப்படுத்தும்போது, நான் சொல்ற மாதிரி செய். அப்போதான் உன்னை அவங்க மதிப்பாங்க. சரி, இப்போ அழுகையை நிறுத்து சௌந்தர்யா. அந்த கிழவி சத்தம் கேட்குது. போய் பாரு...'

'ஆமா, நீ அடுப்படிக்குள்ளேயே இருந்துகிட்டு பேசு. என் கஷ்டம் எனக்குதானே தெரியும்' என்றவாறே கண்களைத் துடைத்துக்கொண்டு, மாமியாரின் ரூம் நோக்கி நடந்தாள்.

அது காலை ஆட்டிக்கொண்டு உட்கார்ந்திருந்தது சமையல் மேடையில்.

நாத்தனாரின் பெண்ணை இன்று பார்க்க வராங்க. வடை, கேசரி, சேவை எல்லாம் முடிந்தது. இன்னும் அவங்க எல்லாம் வந்தபிறகு, பால் சூடு பண்ணிக்கலாம் என்று கணக்கு பண்ணிவிட்டு, ஹாலை எட்டிப் பார்த்தாள் செளந்தர்யா. ராகவன் யாரிடமோ போனில் கத்திக்கொண்டிருந்தார். ஏதோ ஆபீஸ் விஷயம் என்று புரிந்தது.

நாத்தனார் அவள் பெண்ணைக் கூட்டிகிட்டு வருவதற்கு முன் நாம டிரஸ் மாத்திருவோம் என்று நினைத்துக்கொண்டே நகர்ந்தாள். சேலை கட்டிக்கிட்டு இருக்கும் போதே, இவரின் குரல், சுசீலா, ராகவியின் குரல்கள் எல்லாம் காதில் விழுந்தன. 'வந்துட்டாங்கபோல' என்று யோசிப்பதற்குள், அவர் இவளைக் கூப்பிடும் சத்தமும், அவர் தம்பியின் பைக் நிறுத்தும் சத்தமும் கேட்டது.

ஹாலுக்கு வந்ததும், 'தத்தி மாதிரி ஒரு நிதானம். வயசுதான் ஆகுது, மாறவேயில்ல. இன்னும் முட்டாளாவே இருக்கா. இவளை வச்சுகிட்டு குடித்தனம் நடத்த என் ஒருத்தனைத் தவிர யாராலேயும் முடியாது...' என்று நமட்டு சிரிப்புடன் இவர் அவர்களிடம் சொல்வது கேட்டது.

இதுக்கு முன்பும் இவர் இப்படிதான் சொல்லிக்கிட்டு இருந்தாரா என்று யோசித்துப் பார்த்தாள். இல்லையே, அப்போ இப்போது மட்டும் ஏன் இப்படி ஆகிட்டார். அவருக்கு வயசாகிவிட்டதனாலா என்ற நினைப்பு வந்தபோதே, கொஞ்சமா சிரிப்பும் எட்டிப் பார்த்தது. அதை கவனித்த சுசீலா சும்மாயில்லாமல், 'அண்ணே, நீ சொன்னது சரிதான்...' என்று கமெண்ட் அடித்தாள். எல்லோரும் சிரித்து வைத்தார்கள்.

'நல்லவேளை எனக்கு உன்னை மாதிரி அமையலை' என்று ராமனும் அவன் பங்குக்கு பொண்டாட்டியின் தோளை தட்டி சொல்ல, அவளும் வெகுவாய் சிரித்துக்கொண்டாள். கொஞ் சமாய் கோபம் எட்டிப் பார்த்தது செளந்தர்யாவுக்குள். இருந்தும் மந்தமாய் சிரித்து வைத்தாள்.

அடுக்களைக்குள் புகுந்தாள். அடுப்பு மேடையில் அது உட்கார்ந்திருந்தது.

'என்ன சுரணையே இல்லாமல் கேட்டுட்டு வந்துட்டியா' என்று கேட்டதும், அழுகை வந்தது. யாரோ வரும் சத்தம் கேட்டு கண்ணைத் துடைத்துக்கொண்டாள்.

நாத்தனார் உள்ளே வந்து, எல்லா பாத்திரங்களையும் திறந்துப்பார்த்து, 'என்ன மைனி, இப்போவும் வடையும் கேசரியுமா. வேற ஏதாவது புதுசா செய்திருக்கலாமே. எங்க வீடு மட்டும் உங்க வீடு மாதிரி பெருசா இருந்திருந்தா, அங்கேயே வரசொல்லியிருப்போம். நானே வேற ஏதாவது நல்லா செய்திருப்பேன்.' என்று புலம்பினாள். இவளும் உம் கொட்டி வைத்தாள்.

மகிக்கு முதலில் வந்து பார்த்த மாப்பிள்ளையே அமைந்துவிட்டது. ஆனால் ராகவிக்கு இதோடு நாலு வரன் வந்து பார்த்தாச்சு. ராகவி கொஞ்சம் குட்டையாக அவங்க பாட்டியைப் போலவே உருவம். பெண் பிடிக்கவில்லை என்று நேரடியாகவே காரணம் சொல்லி தட்டிப் போயிற்று வரன் எல்லாம்.

ராகவிக்கு வந்திருக்கும் இந்த வரன், தஞ்சாவூரில் பெரிய பண்ணைக்காரர்களாம். அமைந்துவிட்டால் சுசீலாவின் தொல்லை குறையுமே என்று வேண்டிக்கொண்டாள். மாப்பிள்ளையும் குட்டையாக இருக்கவே சௌந்தர்யா நினைத்தாற்போலவே வரன் தகைந்து, கல்யாண வேலை தொடங்கியது.

முழுவதுமாய் சௌந்தர்யா வேலைக்காரியாக மாறிவிட்டாள் ராகவிக்கு கல்யாணம் நிச்சயம் ஆன நாளிலிருந்து. இதேபோலதான், தன் இரு பிள்ளைகளின் திருமணத்தின்போதும் நிகழ்ந்தது. செந்தில் கல்யாணத்தின்போது, தானே அத்தனை வேலையையும் இழுத்துப்போட்டு செய்து உடம்பு முடியாமல் ஒரு மாதம் படுத்தது நினைவுக்கு வந்தது. இரண்டு நாள் கஞ்சி வைத்துக் கொடுத்துவிட்டு, வீட்டுல வேலை குமிஞ்சுகிடக்குது என்று சொல்லி ஒதுங்கிக்கொண்டவர்கள்தானே இந்த வீட்டு பெண்கள் என்ற கோபம் எப்போதும் உள்ளுக்குள் ஓடும் சௌந்தர்யாவுக்குள். பட்டுபட்டென்று ஏன் அவங்களை மாதிரி நமக்கு பேசத் தெரியலை என்று அடிக்கடி நினைத்துக்கொள்வாள் தனக்குள்.

ராமனும் சுசீலாவும் இவள் திருமணம் முடிந்து இந்த வீட்டுக்கு வரும்போது, பள்ளி இறுதியில் இருந்தார்கள். அவர்களுக்கும் சேர்த்து இவள்தான் எல்லாம் செய்திருக்கிறாள். சுசீலாவின் இரண்டு அபார்ஷன் பொழுதுகளிலும், அவளின் இரு பிள்ளைகளின் பிரசவத்திற்கும் இவள்தான். ராமனின் மனைவி சுகன்யா வேலைக்கு செல்வதால், அவர்களின் குழந்தைகளும்

இங்கேதான். ஆனாலும் நன்றியோ மரியாதையோ யாருக்கும் இல்லை.

பக்கத்து வீட்டில் இருந்தவர்களும் பெண்ணுக்கு பிரசவம் பார்க்க, பிள்ளை வளர்க்க என்று யுஸ் கிளம்பி போய்விட்டார்கள். போகும் பொது சொல்லிட்டு போனாங்க, வீட்டிலேயே அடைஞ்சு கிடக்காதீங்க. உலகம் ரொம்ப பெருசு. உங்க வீட்டுக்காரரை கூட்டிகிட்டு வெளியூருக்கு டூர் போயிட்டு வாங்கன்னு. மாமியாரை விட்டுட்டு எங்கே போவது. நாலு தெரு தள்ளிதான் இவர் தம்பி வீடு. அவ ஆபிஸ் போவதால் பார்க்க சௌகரியமில்லைன்னு மறுத்துருவாங்க.

இப்படியெல்லாம் யோசிக்கவே காலம் கடந்துவிட்டதாய் தோணும். இருந்தும் இந்த ஒன்றிரண்டு வருடங்களாகவே இவர்களின் பாரம் தன் மேல் அதிகமாய் சுமத்தபடுவதாய் உணர்ந்தாள். தனக்கு தானே பேசிக்கொள்ளும் அழும் சந்தர்ப்பங்கள் அதிகப்படுவதை உணர்ந்தாள். பைத்தியமே பிடித்துவிடும் என்று இருந்த ஒரு கணத்தில்தான் அது இவளுடன் வந்து ஒட்டிக்கொண்டது. அவள் தனித்து இருக்கும்போது மட்டும் சரியாய் ஆஜராகிவிடும். அடுக்களையில் அவளின் புலம்பலைக் கேட்க, ஆறுதல் சொல்ல, மனசு விட்டு பேச ஒரு துணையாய் வந்து சேர்ந்தது.

இடையில் ஒரு முறை செந்தில் பெங்களூரில் இருந்து குடும்பத்துடன் வந்து சேர்ந்தான். தன் அம்மாவின் கஷ்டத்தை துளியும் உணராமல், பொண்டாட்டி பிள்ளைகளுடன் டிவி பார்த்துக்கொண்டிருந்தான். அவன் தனித்திருந்த சந்தர்ப்பத்தில், அவனிடம் தன்னை எல்லோரும் வேலை வாங்குவதையும் மதிக்காமலே நடத்துவதையும் சொல்லி அழுதாள் சௌந்தர்யா. தாட்சண்யமே இல்லாமல், சிரித்துக்கொண்டே, 'நீ அப்படி வச்சிருக்கேம்மா எல்லோரையும். நீதான் அவங்க அவங்களை அந்த அந்த இடத்திலே வைக்கணும். இத்தனை வருஷம் செய்து காமிச்சுட்டே. இனியெல்லாம் ஒன்னும் செய்ய முடியாது...' ன்னு சொல்லிட்டு நகர்ந்துட்டான். அழுகை கண்களை முற்றுகையிட்டது.

அன்று மகாசிவராத்திரி. மறுநாள் அமாவாசை. மாமனாருக்கு காரியம் செய்யவேண்டும். அதை செய்திட்டியா, இதை செய்திட்டியா என்று முடியாமல் படுத்திருந்தாலும் அதட்டும் மாமியாரின் குரல். வேலைக்காரியும் வராமல், அந்த பெரிய வீட்டை நிர்வகிக்க சற்று தடுமாறித்தான் போனாள். இதற்கிடையில் அவர் கூப்பிடும் குரல் கேட்டது.

அகிலா ☆ 53

ஹாலுக்கு போனபோது, குடும்பமே கூடியிருந்தது. இவர் அங்கே ருத்ரமூர்த்தியாய் நின்றிருந்தார்.

‘காலையில தஞ்சாவூரில் இருந்து போன் வந்துச்சா? ‘ என்று கேட்டார்.

‘ஆமா, அந்த அம்மாதான் பேசினாங்க. பொன் உருக்க தேதி ஒன்னு சொன்னாங்க. சரிங்க, கேட்டுட்டு சொல்றேன்னு சொல்லி வச்சிட்டேன். வேற வேலையும் இருந்ததுல மறந்துட்டேன் உங்க கிட்டே சொல்ல...’ என்றாள்.

‘இவ்வளவு நேரமா என்கிட்டே சொல்லல, சுசீலா கிட்டே சொல்லல, யார்கிட்டேயும் சொல்லல நீ. அவங்க இப்போ போன் பண்ணி சுசீலா கிட்டே கேட்டபிறகுதான் எங்களுக்கே தெரியுது. இவ்வளவு நேரம் சொல்லாம என்ன பெரிய வேலை உனக்கு. உண்மையிலேயே மூளை இருக்கா...’ என்று தொடங்கி, அவரின் வாயிலிருந்து கெட்ட வார்த்தைகளும் அடை மொழிகளும் அதிகமாய் வந்து விழுந்தன.

அழுதுகொண்டே அடுப்படிக்குள் நுழைந்தவளை, எதிர் கொண்டது அது.

‘எதுக்கு அழுறே...’

‘சின்ன பிள்ளைங்க முன்னாடியெல்லாம் எவ்வளவு கேவலமா பேசுறாரு. அப்படியே ஒரு கம்பை எடுத்து அடிக்கலாமான்னு இருந்தது, கழுத்தை நெரிக்கலாமான்னு இருந்தது...’ என்றாள்.

‘ஏன் செய்யல... இதே மாதிரி உன்னை எத்தனை தடவை மரியாதையில்லாம இவங்க நடத்துவாங்க. நீ என்ன வேலைக்காரியா இவங்களுக்குன்னு கேளு... நான் உன்கூட இருக்கேன். உன்னை இனி நான் காப்பாத்துறேன். தைரியமா போ... இந்த பெரிய பாத்திரத்தை எடுத்துட்டு போ... போய் அவங்க முகத்துலே வீசு... புத்தி வரும் அதுகளுக்கு...’ என்றது.

கோபமும் படபடப்புமாய் பாத்திரத்துடன் வந்தாள் ஹாலுக்கு. இந்த முறை அதுவும் அவளுடன் ஹாலுக்கு வந்தது.

‘போடு கீழே...’ என்று அதிகாரமாய் சொன்னது. டொமென்று நடுவில் போட்டாள் பாத்திரத்தை. எல்லோரும் திரும்பி பார்த்தார்கள் அவளை.

‘அந்த போனை எடுத்து கீழே போடு... உன் கோபம் அவங்களுக்கு புரியட்டும்...’ என்று அதன் கட்டளைக்கு பணிந்து,

சௌந்தர்யா ஒவ்வொன்றாய் கீழே தள்ளி உடைத்தாள். சத்தம் போட்டு கத்தினாள்.

'நான் என்ன உங்களுக்கு வேலைக்காரியா, எனக்குன்னு மனசே இல்லையா...'

'சரியா சொன்னே... இன்னும் சொல்லு... உன்னை பத்தி என்ன தெரியும்னு உன் கணவர்கிட்டே கேளு' அவளின் எதிரில் நின்று சொல்லியது.

'இவ்வளவு வருஷத்தில என்னைக்காவது என்கிட்டே அமைதியா பேசியிருக்கீங்களா. அவளுக்கு இதை செய்தியா, இவனுக்கு இதை செய்தியான்னு பார்த்து பார்த்து கேட்டீங்களே, எனக்கு என்ன வேணும்னு என்னைக்காவது கேட்டுருக்கீங்களா. என்னங்க தெரியும் என்னைப் பத்தி உங்களுக்கு...' என்று அடுக்கிக்கொண்டே போனாள்.

'இனி யாராவது என்கிட்டே வச்சுகிட்டீங்க இருக்கு. அப்படிதானே...' என்று இடையிடையே அதையும் பார்த்துக் கேட்டுக்கொண்டாள்.

'ஆமாம்...' என்றது அது.

எல்லோரும் அவள் யாரிடம் கேட்டு பேசுகிறாள் என்பது புரியாமல், ஒருவரை ஒருவர் பார்த்துக்கொண்டார்கள். பயந்து ஓரடி பின்வாங்கினார்கள். இப்படி அவள் நடந்து ராகவன் பார்த்ததேயில்லை. ரொம்ப கஷ்டப்படுத்திட்டோமோ என்று ஒரு கணம் யோசிக்க தொடங்கினார்.

'யார் சொல்லி கேட்டு செய்றா இவ, பேயா என்ன' என்றார் மாமியார்.

'பைத்தியம் மாதிரி இருக்கே' என்றாள் சுசீலா.

'இது ஏதோ மூளை கோளாறு' என்றான் ராமன்.

'இது ஒரு வகை மன அழுத்தம், டிப்ரஷன்' என்றாள் ராகவி.

'நம்மை விட்டால் யாரும் கிடையாதே அவளுக்கு. கண்ணுக்கு தெரியாமல் யார் அது...' என்கிற எண்ண அசைப்பில் இடிந்துப்போய் அமர்ந்தார் ராகவன்.

அவளின் சத்தத்திற்கும் பயமில்லாமல் செய்யும் செயல்களுக்கும் பயந்து எல்லோரும் கொஞ்சம் ஒதுங்கி நின்றார்கள். ராகவன் மட்டும் பயமில்லாமல் அவள் கை பற்றி ஆசுவாசப்படுத்தத் தொடங்கினார். இவளுக்கு கண்ணீர் முட்டிக்கொண்டது

கண்களில். நேரெதிரே நின்றுக்கொண்டு அது கட்டளையிட்டது,' கையை உதறு' என்று. உதறினாள் அவரின் கையை. அதன் பேச்சைத் தவிர வேறு எதையும் கேட்பதில்லை என முடிவு செய்தாள்.

அந்த நிமிடத்திலிருந்து, சுதந்திரமாய் அவளுக்கும், விசித்திரமாய் மற்றவர்களுக்குமாய் மாறிப்போனாள் சௌந்தர்யா.

* * *

முக்கோணம்

மொட்டைமாடி சுவரின் விளிம்பில் சாய்ந்து நின்று குளிரும் காற்றை மல்லிகையின் வாசத்தோடு நாசிக்குள் இழுத்தபோது, தேவகிக்கு அம்மாவின் ஞாபகம் வந்தது. அப்பாவின் இறப்புக்கு பிறகு, இந்த வீடும், தோட்டமும், பேரூர் கோவிலும் மட்டுமே அம்மாவின் உலகம்.

தோட்டத்து மல்லிகையோடும் நந்தியாவட்டை பூக்களோடும் அம்மாவுக்கான உறவு தனிதான். பெரிதாய் அலட்டிக்காமல் அதிகமாய் அவற்றோடு பேசிக்கொள்ளாமல் தண்ணீர் விடுவதும் பூக்களைப் பறிப்பதும் கோர்ப்பதுவுமாய் இருப்பாள். சிறு வயதிலிருந்தே தன்னோடும் அவள் அதிகமாய் பேசியதில்லை என்பதும் நினைவுக்கு வந்தது. தன் திருமணத்திற்கு பிறகு, தன்னைவிட ராகவனிடம் அதிகமாய் உரிமை எடுத்துக்கொள்வதை அவள் கவனித்திருக்கிறாள்.

மொபைல் சத்தமிடவும் எடுத்தாள். ராகவன்தான். மித்ராவையம் மாப்பிள்ளையையும் சென்னை விமானநிலையத்தில் விட்டுவிட்டதாக சொன்னார். இனி மித்து கல்கத்தாவில். ராகவனின் குரலில் கரகரப்பு தென்பட்டது. அழுதிருப்பாரோ. மித்துவுக்கும் இவர் மட்டுமேபோதும்.தான் தேவையேயில்லை என்பதும் தேவகிக்குப் புரியும்.

தன் முழு அன்பையும் மித்துவுக்கு கொடுக்கமுடியவில்லையோ என்கிற குற்றஉணர்ச்சி அவளுக்குள் எப்போதும் உண்டு. பெரும்பாலும் வேலைக்கு செல்லும், அதுவும் மாற்றல்கள் அதிகமிருக்கும் வேலையில் இருக்கும் பெண்களுக்கு இந்த உறுத்தல் அதிகமாகவே இருக்கும். டிரன்ஸ்பர் போட்ட இடத்திலிருந்து மறுபடி இடம் மாற்றி

வருவதற்கு ஒரு போராட்டம், இரண்டு ஊர்களுக்கு இடையில் அலைச்சல், குடும்பத்தை கவனிக்க முடியாமை, பணி சுமை என்று எல்லாமும் சேர்ந்து அழுத்தும் கொடுமை, இப்படி எல்லாமே உண்டு.

மித்ரா பிறந்து ஆறு மாதத்தில் சென்னைக்கு மாற்றலாகியது அவளுக்கு. அந்த காலத்தில் அவ்வளவு பேருந்து வசதிகளும் கிடையாது. இரண்டு மூன்று மாதத்திற்கு ஒரு முறை விடுமுறையில் வரும்போது, மித்து இவளிடம் ஒட்டவேமாட்டாள். ஒவ்வொரு முறையும் திரும்பிசெல்லும் பேருந்து பயணத்தில் கண்ணீர்தான் இவளுடன் பயணிக்கும்.

மித்துவுக்கு இரண்டு வயதாகும்போது, மாடி அறையில் குடியிருந்த ராகவனை அப்பா என்றே அழைக்க ஆரம்பித்தாள். அம்மா ராகவனை இரண்டாவதாய் ஏற்றுக்கொள்ளும்படி அவளிடம் கெஞ்சியபோது மித்துவே இவளின் கண்முன் முதலாய் நின்றாள்.

திருமணம் முடிந்து இரண்டே மாதத்தில், தனக்கு கணவனாய் வந்த செந்தில் இருதயநோயால் இறந்தபோது, மித்து வயிற்றில் உண்டாகியிருந்தாள். எல்லோரும் கலைக்க அறிவுறுத்தியபோது, இவளும்கூட அரைமனதாய் ஒத்துக்கொண்டாள். அம்மா மட்டும்தான் எதிர்த்தாள். அது பாவம்,கூடாது என்றாள்.

அதன் பிறகு அம்மாவே இவளுக்கு எல்லாமும் செய்தாள். அம்மா யாரையும் அவ்வளவு எளிதில் நம்ப மாட்டாள். இரண்டாம் திருமணம் என்பதெல்லாம் அவள் அகராதியில் கிடையவே கிடையாது. குலம், கோத்திரம், ஜாதகம் என்பதில் மிகுந்த நம்பிக்கை உடையவள். அவளே தேவகியிடம் ராகவனை இரண்டாவதாய் ஏற்றுக்கொள்ள சொன்னது அந்த சமயத்தில் இவளுக்கு குழப்பமாய் இருந்தது.

ஊருக்கு வரும் சமயங்களில் மட்டுமே தேவகி ராகவனைப் பார்த்திருக்கிறாள். பி காம் படித்துக்கொண்டிருப்பதாக ஒரு முறை கூறியிருக்கிறார். ரொம்ப வெட்கசுபாவி. இவளைப் பார்த்தாலே நாணிக்கோணி ஒதுங்கிக்கொள்வார். மித்துவின் பிரியம் இவளைவிட அவர்மேல் அதிகமாய் இருப்பது தெரிந்தே தேவகியும் திருமணத்திற்கு ஒத்துக்கொண்டாள்.

அவர்களுக்கென்று இருந்த தோப்பில் விவசாயம் செய்வது, மித்துவை கவனித்துக்கொள்வது என்று அம்மாவின் பிள்ளையாகிப் போனார். பெண்மையின் அன்பின் சாயலை இவள் ராகவனிடம்

பார்த்ததுண்டு. இந்த வீட்டில் ஆண், பெண் என்ற இரண்டு படிமங்களும் மாறி அமைந்துவிட்டதோ என்று சில வேளைகளில் அவள் நினைப்பதுண்டு.

ஓடிவிட்டது காலமும். மித்ராவும் பள்ளி முடித்து ஊருக்கு அருகில் இருக்கும் விவசாய கல்லூரியிலேயே பட்டமும் பெற்று, இப்போது திருமணமும் முடிந்து கணவனுடன் பறந்தும்விட்டாள்.

கிளம்பும் சமயம்கூட சென்னை வரை தானும் உடன் வரவா என்ற தேவகியின் கேள்விக்கு, 'வேண்டாம்மா, அப்பாதான் இருக்காரே. எப்படியிருந்தாலும் நான்கூட இல்லைன்னா உட்கார்ந்து அழுதுகிட்டு இருக்கப்போறது அப்பாதான். அப்புறம் நீ ஏன் வந்து சிரமப்படுறே. உன் வேலையைப் பாரும்மா.' என்று வெகுசாதாரணமாய் சொல்லிவிட்டாள் மித்ரா.

தன்னை இந்த சின்ன பெண் என்ன நினைத்துக்கொண்டிருக்கிறது என்று சுர்ரென்று கோபம் வந்தாலும், அவள் பார்வையில் அவர்தானே எல்லாமே செய்துவிடுகிறார். காலையில் எழுப்புவதிலிருந்து, அவளை கல்லூரியில் இறக்கிவிடுவது வரை அவர்தான்.

ராகவனுக்கும் தேவகிக்கும் திருமணம் முடிந்த புதிதில் கட்டம் போட்ட சட்டை ஒன்றை வாங்கி அவர்கிட்டே கொடுத்தாள். அவர் அதை போடாமல் இருக்கவும் போடசொல்லி வற்புறுத்தினாள். அதற்கு சம்மதித்து அவரும்அதை போட, அம்மா அவகிட்டே வந்து,' ஏன் தேவகி, ராகவன் என்னைக்காவது கட்டம் போட்ட சட்டை அணிந்து பார்த்திருக்கியா, அவன் அலமாரியில் இதே மாதிரி ஏதாவது சட்டை இருக்கிறதையாவது பார்த்திருக்கியா. நல்ல சட்டை வாங்கினே போ... நீ சொன்னேன்னு அவனும் மாட்டிக்கிட்டு அலையிறான்னு பாருன்னுஞ்' என்று கேலியுடன் சொன்னாள். அம்மா ராகவனை புரிந்துக்கொண்டஅளவுக்குதான் புரிந்துக்கொள்ளவில்லையோ என்று அப்போது தோன்றியது.

அம்மாவுக்கு அப்புறம் அவரை முழுமையாய் புரிந்துக்கொண்டது மித்துதானோ. இவர்களுக்கிடையில் நான் எங்கே பொருந்துகிறேன் என்ற ஐயம் எழுந்தது அவளுள். இந்த கேள்வி மித்ரா வளர வளர அதிகம் தோன்றத் தொடங்கியது.

கௌரியம்மா கீழிருந்து குரல் கொடுத்தாள். 'செடிக்கு எல்லாம் தண்ணி ஊத்தவாம்மா ' என்று. தலையசைத்தாள் தேவகி. அம்மா இறந்தபிறகு, கௌரியம்மாதான் இந்த வீட்டில் எல்லாமும்.

அவளுக்கும் ராகவனுக்கும் திருமணம் முடிந்த சில வருடங்களாகவே கௌரியம்மா அடிக்கடி கேட்கும் கேள்வி, ‘ நாள் தள்ளி போச்சாம்மா’ என்பதே. இவளும் இல்லைன்னு சொல்லி அலுத்துவிட்டாள். கௌரியம்மாவும் அலுத்துபோய் கேட்பதையே நிறுத்திவிட்டாள். அவங்க கேட்டதில் என்ன தப்பு. ஆமாம், ஏன் எனக்கு நாள் தள்ளி போகவில்லை என்று தலை உருட்டத் தொடங்கினாள். என்ன இந்த வயதில் இப்படி நினைப்பு என்று வெட்கமாய் வந்தது. மெலிதாய் சிரிப்பும்கூடவே வந்தது.

கிளம்பும்போது கௌரியம்மா, ‘நாளைக்கு ஒரு கம்பி கோலம் இழுத்துவிடுங்கம்மா. நான் எட்டு மணிக்குதான் வருவேன்’ என்று சொல்லியவாறே கேட் மூடிவிட்டு சென்றார்.

மெதுவாய் மாடியில் இருந்து இறங்கினாள். வீட்டுக்குள் இன்னும் கல்யாண வாசம் ஒட்டிக்கொண்டிருந்தது

ராகவன் இந்நேரம் கிளம்பியிருப்பார். இனி இவ்வளவு பெரிய வீட்டில் அவளும் அவரும் மட்டுமே என்று நினைக்கும்போதே அவளுக்குள் ஏதோ ஒரு பயம் உண்டாகியது. இவ்வளவு வருடத்தில் மித்து இல்லாமல் ராகவனை அவள் எதிர்கொண்டதே இல்லை. இருவரும் ஒருவரின் நிழலாய் இருந்து கொண்டிருந்தது அவளுக்கு பிடித்திருந்தது, சில விஷயங்களில் அது அவளுக்கு சௌகரியமாகவும் இருந்தது.

ஹாலை கடக்கும்போது, அம்மாவின் புகைப்படம் கண்ணில்பட்டது. அம்மாவிடம் கோலநோட்டு இருக்குமே. நாளைக்கு கோலம் போட உதவுமே என்ற யோசனையுடன் அம்மாவின் பொருட்களைப் போட்டு வைத்திருந்த பெட்டியைத் திறந்தாள்.

கோலநோட்டைத் தேடியெடுத்தாள். பக்கங்கள் எல்லாம் பழுப்பு நிறத்தில், திருப்பினாலே கிழிந்துவிடும் நிலையில் இருந்தது. அந்த பெரிய சைஸ் நோட்டை மெதுவாய் விசிறி போல் விரித்து ஓட்டினாள். அதிலிருந்து வந்த பழைய புத்தகத்தின் மணம் சுகமாய் இருந்தது. கண்களின் பார்வை வட்டத்துக்குள் சட்டென சிறிய சைஸ் தாள்களும் கடந்தன. புரட்டுவதை நிறுத்தி, அவற்றை எடுத்துப்பார்த்தாள். அம்மாவின் கையெழுத்தில் நான்கு பேப்பர்கள்.

அதில் ‘நான் எடுக்கும் இந்த முடிவுக்கு என்னை மன்னிச்சுருங்க பெருமாளே...’ என்று ஆரம்பித்திருந்தாள்.

வயிற்றுக்குள் ஏதோ செய்தது தேவகிக்கு. படிக்க படிக்க அம்மாவா இதற்கு ஒப்புக்கொண்டாள் என்கிற கேள்வி அவளைக் கொன்றது. மெதுவாய் சுவரோரமாய் அமர்ந்தாள்.

திருமணம் நிச்சயம் ஆனா சமயம், ராகவனின் குடும்பம் பற்றி அம்மாவிடம் கேட்டிருக்கிறாள். அவனுக்கு யாரும் கிடையாது என்று சொல்லியிருந்தாள் அம்மா. ஆனால், இதில்...

ராகவனின் குடும்பம் வசதியான குடும்பமாய் இருந்து, ராகவன் பிறந்தபிறகு நொடிந்து போனதையும் ஒரு கட்டத்தில் அவனின் பெற்றோர் தற்கொலை செய்துக்கொண்டதையும் உறவுகளெல்லாம் அவனை தரித்திரம் பிடித்தவன் என்று ஒதுக்கியதையும் எழுதியிருந்தாள்.

பள்ளிபடிப்பு முடித்ததும் படிப்பை நிப்பாட்டிவிட்டாள் அவன் அத்தை. வீட்டு வேலை செய்துவந்த அவனை அவன் மாமாதான் போராடி கல்லூரியில் சேர்த்ததாகவும், மறுநாளே அவர்களின் மருமகன் இறக்கவும் அதற்கும் இவன் ராசிதான் காரணம் என்று சொல்லி இவனை அடித்து ஊரைவிட்டு வெளியே அனுப்பியதும் குறித்து எழுதியிருக்கிறாள்.

உறவில் ஒரு திருமணத்திற்காக சென்ற அம்மாதான் ரோட்டில் பசியுடன் உடல் முழுவதும் காயங்களுடன் இருந்த ராகவனை ஆஸ்பத்திரியில் சேர்த்து நான்கு நாட்களாக வைத்தியம் பார்த்து வீட்டுக்கு கூட்டிவந்திருக்கிறாள்.

அம்மாவும் ராகவனின் அத்தையுடன் பேசியிருக்கிறாள். அந்த அம்மா எங்களுக்கும் அவனுக்கும் சம்மந்தமேயில்லைன்னு சொல்லியிருக்காங்க. அதன் பிறகுதான் கடவுள் மேல் பாரத்தை போட்டுவிட்டு அவனைப் படிக்க வைப்போம் என்று அம்மா துணிந்திருக்கிறாள். படிப்பு முடித்து அவனும் அம்மாவிற்கு துணையாக இருக்க, அவளுக்கு தேவகிக்கு ராகவனை திருமணம் செய்யும் எண்ணம் வந்திருக்கிறது.

அதற்கு அவனிடமிருந்து ஒரு ஆட்சேபம் மட்டும் வந்திருக்கிறது. மித்து மட்டும்போதுமென்பதே அது. ஆபரேஷன் செய்துகொள்கிறேன் என்றிருக்கிறார். முதலில் அம்மா பதறியிருக்கிறாள். 'இது உனக்கு, உன் சந்ததிக்கு நான் செய்யும் பாவம்...' என்றிருக்கிறாள்.

'எல்லோரும் வெறுத்து ஒதுக்கிய என்னை நீங்கதானே ஆளாக்கியிருக்கீங்க. இருக்க இடம், உறவு, படிப்பு, பொறுப்பு, மித்து குட்டியின் அன்பு, எல்லாமே நீங்க போட்டதுதான். எனக்குன்னு தனியா ஆசை கிடையாது. எனக்கு மித்ரா மட்டும்போதும்மா.

அகிலா ☆ 61

தேவகிக்கும் பின்னாடி சங்கடம் இல்லாமல் இருக்கும். சரின்னு சொல்லுங்கம்மா.' என்று வற்புறுத்தி சம்மதிக்கவைத்திருக்கிறான்.

மித்துவைதான் கலைக்க நினைத்தபோது, வேண்டாம் என்று உறுதியாய் நின்று, கருவைக் காப்பாற்றியவள். அதுதான் ராகவனின் இந்த வேண்டுகோள் அவளை பெருமாளிடம் மன்னிப்பு கேட்க வைத்திருக்கிறது. தேவகிக்கு நினைக்கவே மலைப்பாய் இருந்தது. தனக்கு தெரியாமல் எத்தனையோ நடந்திருப்பதை அவளால் தாங்கமுடியவில்லை.

ராகவன் வந்து சேர்ந்தபோது இருட்டிவிட்டது. சாப்பிட்டுவிட்டு புத்தகத்துடன் உள்ளே நுழைந்தவர், இவளின் முகவாட்டத்திற்கு காரணம் கேட்க, விசும்பலுடன் தொடங்கினாள் கடித விஷயத்தை.

முதலில் மௌனம் காத்தவர், பின்பு பேசத் தொடங்கினார்.

'இரண்டாம் திருமணம் என்று பேச்சு வந்ததும், மித்து மட்டும் போதும்னு நீதான் அம்மாகிட்டே சொல்லியிருக்கே. அதுதான் நானும் யோசித்தேன். யாருமேயில்லாத எனக்கு வாழ வாய்ப்பு கொடுத்தவங்க அம்மா. நான் தரித்திரம் இல்ல, ஒரு பலம், ஒரு தூண், ஒரு ஆண்மகன், ஒரு விவசாயி, ஒரு பிள்ளையின் தகப்பன் என்னும் அந்தஸ்த்தை கொடுத்தவங்க அவங்க. அதுக்காகதான்...'

'உங்களுக்குன்னு ஒரு குழந்தை வேணும்னு ஆசை இருந்ததில்லையா '

'மித்துவை குழந்தையாக இருந்தபோது நீ பார்த்திருக்கணுமே. அவளோட சிரிப்புல என் கவலை, என் தரித்திரம், என் விளங்காத ராசி இப்படி எல்லாத்தையும் மறந்திருக்கேன். அவ என்னை அப்பான்னு சொல்லும்போது,போதும் இந்த உயிர்ன்னு நினைச்சிருக்கேன். அந்த அளவு சிறுவயதிலிருந்து வேதனைகளோடு வாழ்ந்திருந்திருக்கேன். நீ ஒவ்வொரு முறை ஊருக்கு வரும்போதும் உன்னை ஒரு பெண்ணாய் பார்த்ததில்லை. மித்துவின் அம்மான்னுதான் பார்த்திருக்கேன். மித்ராவின் மூலமாய்தான் நீ எனக்கு அறிமுகம். அதனால் அவளுக்காக எடுத்த என் முடிவில் எனக்கு எந்த தடுமாற்றமும் இல்லை. இப்போ வரை. அம்மாவை சம்மதிக்க வைக்கத்தான் நான் ரொம்ப சிரமப்பட்டேன். அதுதான் நான் அவங்களை வருத்தப்படுத்திய தினமாக இருக்கும்னு நினைக்கிறேன்.'

'அப்போ இதிலே நான் யாரு? எந்த இடத்தில் நான் நிற்கிறேன்?' என்ற தேவகியின் குறுக்கிடலுக்கு,

'இந்த முக்கோணத்தின் மூன்று முனைகளிலும் நீ இல்லே. நான், அம்மா, மித்து மட்டுமே. நடுவில் மையப்புள்ளியாக, ஓர் அரசகுமாரியாக அரசாட்சி செய்துகிட்டு இருந்தே. உன்னை சுற்றி நாங்க இயங்கினோம், உன்னை தொல்லைபடுத்தாமல்...' என்று சிரித்துக்கொண்டே சொல்ல, தேவகிக்கு இப்போது புரியத் தொடங்கியது. இன்று என்றில்லை, என்றுமேதான் இதை கலைத்துவிடக்கூடாது என்கிற சங்கல்பத்துடன் அவரின் தோள்மீது சாய்ந்துக்கொண்டாள்.

* * *

மிளகாய் மெட்டி

இன்னும் சரியாக விடியாத வானத்தை, குறுக்கிட்ட ஜன்னல் கம்பிகளின் இடையே பார்த்துக்கொண்டிருந்தாள். மழையின் மந்தம் வானத்தை வியாபித்திருந்தது, அவளின் வாழ்வுபோலவே. விழியின் ஓரமாய் கண்ணீர் துளிர்க்க, அவசரமாய் துடைத்தாள்.

பிரச்னை ஆரம்பித்து ஒரு வாரம் ஓடிவிட்டது. எல்லோரும் அவரவர் வேலையை பார்க்கத்தொடங்க, நித்ராவும் சற்று சகஜமானாள்.

சமையல் வேலை முடியும் சமயம், காலடியோசை கேட்க, அவளின் அத்தை செல்வியம்மா. காப்பி அவர்களுக்குமாய் கலக்க, 'சமையல் வேலை முடிந்ததாம்மா...' என்ற கேள்விக்கு, ஆம் என்பதாய் தலையசைத்தாள்.

'கால் வலி பரவாயில்லையா இப்போ...' என்ற இவளின் கேள்விக்கு, 'உன் வலியை விட பரவாயில்லை...' என்கிற வார்த்தைகளில் ஒரு சன்னம் தெரிந்தது. காப்பி கப்புடன் நகர்ந்தார்.

இன்னும் மாமா எழுந்துக்கொள்ளவில்லை போலும். நித்ராவின் ஓரகத்திக்கு இரண்டு நாட்களாகவே உடம்பு முடியவில்லை. இவளைப்போலவே அவர்களும் வேலைக்குச் செல்வதால், இந்த வீட்டில் எல்லா வேலையும் காலையிலேயே முடிந்துவிடும்.

கல்யாணமாகி வந்த இந்த மூன்று வருடங்களாய் இவள்தான் எல்லாம் செய்கிறாள். ஓரகத்திக்கு, அவங்க பொண்ணு ஷாலினியைக் காலையில் ஸ்கூல் கிளப்பவே நேரம் சரியாகயிருக்கும். அதற்காக குறைபட்டுக் கொள்வதில்லை இவள்.

நித்ராவின் கணவன் ராம்தான் இப்போது குழந்தை வேண்டாம் என்று தள்ளிப்போட்டிருந்தான்.

தடைகளை மீறி ஜெயித்த ஒரு கருவும் நான்கு மாதத்தில் ஒரு காலைநேர அவசர பயணத்தின்போது தன் ஆயுளை முடித்துக்கொண்டது. இனி அதற்கு எந்த அவசியமும் இல்லை என்கிற நினைப்புடன் குளிக்கக் கிளம்பினாள்.

கல்லூரி கிளம்பும் சமயம், வாசலில் செல்வியம்மா யாரோ ஒரு மனிதரிடம் பேசிக்கொண்டிருந்தார். மாடியில் உள்ள ஒற்றை அறைக்கு வாடகைக்கு இன்னும் ஆள் அமையாமல் இருக்கிறது என்பதால், யாராவது எப்போவாவது, இப்படி வந்து பார்த்துபோகிறார்கள். யாரையும் செல்வியம்மாவிற்கு பிடிப்பதில்லை.

கல்லூரி பேருந்தின் சன்னலோர இருக்கையில் சற்று தலைசாய்த்த நிமிடம், ராமின் நினைவு வந்தது. அன்று சேலை வாங்கப்போன கடையில் ராமையும் இன்னொரு பெண்ணையும் ஒன்றாய் பார்த்ததும், செல்வியம்மா போய் யார் இவள்னு கேட்டு ஊர்கூட்டியதும், நித்ரா செல்வியம்மாவை கூட்டிக்கொண்டு வீடு வந்துசேர்ந்ததும் சாலையோர காட்சியாய் கடந்துச்சென்றது.

அன்று இரவு ராம் வீடு திரும்பியதும், அவனுக்காகவே எல்லோரும் ஹாலில் காத்திருந்ததும் கேள்விமேல் கேள்வியாய் கேட்டதும்கூட வெறும் காட்சியாகவே அவள் மனதில் ஓடியது.

'என்ன வேணும் உங்களுக்கு எல்லாம்... நிஜம்தான், என்னோடு வேலைப் பார்க்கிறாள். காதலிக்கிறோம். ஒண்ணா வாழ்ந்துகிட்டு இருக்கோம். கல்யாணமும் பண்ணிக்கப் போறோம்...' என்ற ராமின் வார்த்தைகளுக்கு எல்லோரும், அப்போ நித்ராவின் கதி என்ன என்பதுபோல் இவளைப் பார்க்க, ராமின் பதில் மட்டும் இன்னும் செவிகளுக்குள் அறைந்துக்கொண்டிருக்கிறது.

'எனக்கு இவமேலே இண்டிரஸ்ட் இல்லே...' என்று மொட்டையாகச் சொல்ல, செல்வியம்மா அழத்தொடங்க, 'ஒவ்வொருத்தருக்கும் ஒரு டேஸ்ட் இருக்கும். எனக்கு இவ போதல, முக்கியமா...' என்று வெறுப்புடன் சொல்லி நிறுத்த, இவளுக்கு அவன் என்று கடைசியாக தன்னிடம் நெருங்கினான் என்று யோசிக்கத் தோன்றியது.

முந்தியநாள்தானே என்று மனசு சொல்ல, 'ச்சே... என்ன நினைத்துக்கொண்டிருக்கிறோம், நம் வாழ்க்கையையே இங்கு கேள்விக்குறியாய் தொங்குகிறது. சரசம் பற்றிய நினைவுகளில் ஏன் மனது போகிறது என குழம்ப, அவனும் அதைதானே பேசுகிறான் என்பது உரைத்தபோது, பதிலறியாது நின்றாள்.

அதன்பின் நடந்த வாதங்களில், அவளின் மனம் ஒட்டவில்லை. வீட்டில் இருப்பவர்களிடம் கோபித்துக்கொண்டு வெளியே போய்விட்டான். இன்றுவரை வீடு திரும்பவில்லை. அலுவலகத்தில் பார்த்ததாக எதிர் பிளாட்காரரர் சொன்னபோதும் யாரும் பெரிதாய் கண்டுக்கொள்ளவில்லை.

மேசையினடியில் விழுந்த கைக்குட்டையை எடுக்க குனிந்தபோது, சேலையைத் தாண்டி தாலிக்கொடி வெளியே எட்டிப்பார்த்தது. தாலிக்கொடியையும் மெட்டியையும் ஏன் இன்னும் சுமக்கிறோம் என்று தோன்றியது. இவற்றை எல்லாம் கழட்டிவிட்டால், மனதிலுள்ள வலியெல்லாம் போய்விடுமா என்றால், போகாது என்றே தோன்றியது.

நேற்றுகூட மாமா அவளைக் கூப்பிட்டு ஒரு தடவை,தான் போய் அவனைப் பார்த்துப்பேசவா என்று இவளிடம் அனுமதி கேட்டபோதும், பேசாமல் விலகினாள் அந்த இடம்விட்டு.

குடும்பத்தில் எல்லோரும் வரிசையாக தூது சென்று வந்த கதைகளையே அலசிக்கொண்டிருந்தபோதும் இவளால் அவனின் வெறுப்பான சொற்களை ஜீரணிக்க முடியவில்லை. சில மாதங்களின் பின் செல்வியம்மாதான் இவளிடம், விவாகரத்துக்கு அப்ளை பண்ணலாமா என்கிற கேள்வியை எழுப்பியபோது, தாலியை நீக்கிக்கொள்ள இதைவிட சரியான சந்தர்ப்பம் பெண்ணுக்கு சட்டம் கொடுக்கமுடியாது என்றே நித்ராவிற்குள் தோன்றியது. அவன் வீட்டைவிட்டுச் சென்று ஒரு வருடத்திற்கு மேல் ஆகிறது.

அவனோடு வாழ்ந்த மூன்று வருடங்களில், அவன் அவளை நெருங்காத இரவுகளே இல்லையெனலாம். குழந்தை என்ற ஒன்றை,தான் அவனிடம் வலியுறுத்தாதது குறித்து அவளுக்குள் தன் மேலேயே ஒரு கோபம் தோன்றியது, அதன் மீதமாய் ஒரு வலி மட்டுமே மிஞ்சியது.

பெற்றவர்களாவது இருந்திருந்தால், சற்று தலைசாய்த்து அழுதிருக்கலாமோ என்று தோன்றும் சில சமயங்களில். அப்படியான சமயமெல்லாம், பேருந்தின், வீட்டின் ஜன்னல் கம்பிகளே அவளுக்குத் தோள் கொடுத்தன.

கல்லூரிநேரங்களைத் தவிர, புத்தகங்களுடனும் ஷாலினியுடனும் அறைக்குள்ளேயே ஒதுங்கினாள். அவன் யாருமின்றி ஏதோ ஒரு லாட்ஜில் தங்கியிருப்பதாகவும், குடியுடன் வாழ்ந்து கொண்டிருப்பதாகவும் யாரோ ஒருநாள் சொன்னார்கள். செல்வியம்மா பதறிப் போனாள்.

மறுபடியும் தூதுவிடு படலம் நடந்தது. முன்புபோலவே, எல்லோரும் கூடி இவளிடம் பேசினார்கள். இப்போது ஏது போதவில்லை அவனுக்கு என்று குடிக்கத் தொடங்கியிருக்கிறான் என்பது தெரியாமல் குழம்பிப்போனாள். பேச ஏதுமில்லாமல், இப்போதும் தன் அறைக்குள் ஒதுங்கினாள்.

ஒரு காலை வேளையில், அவன் மீண்டும் வீட்டுக்குள் வந்துசேர்ந்தான். அவளின் அறைக்குள் அவனின் பொருட்கள் வந்தன. அதில் ஒன்றாய் அவனும். இவளை நிமிர்ந்து பார்க்க துணிவில்லாமல், அன்று முழுவதும் தொலைக்காட்சியுடன் அமர்ந்திருந்தான்.

எல்லோரும் அவனின் சோககதையைக் வட்டமாய் உட்கார்ந்து கேட்டார்கள். இவள் அறைக்குள் போய் வழக்கம்போல், புத்தகத்தைத் துணையாய்கொண்டாள். அன்றிரவு செல்வியம்மாதான் இவளுடன் வந்து படுத்துக்கொண்டார்கள்.

'நித்ரா, ராமை விட்டுட்டு அந்த பொண்ணு போய் மூணு மாசம் ஆச்சாம். உன்னைப் பார்க்க வெட்கப்பட்டுக்கொண்டுதான் இங்கே வரலையாம். ரொம்ப வாழ்க்கையே வெறுத்துப் போயிருக்கான். நாங்களும், அவனை, அவன் உனக்கு செய்ததை மன்னிக்கல. அவனை ஒரு அனாதையாய் ஏத்துகிட்டு இருக்கோம். என் பிள்ளைதானாலும் அவன் நம்மை எல்லாம் உதறிட்டு போனதை நான் மறக்கலை.

நீ சமாதானம் ஆகும்வரை, அவன் அவங்க அப்பாகூடவே படுக்கட்டும். உனக்கு எப்போ சரின்னுபடுதோ, அப்போ சொல்லும்மா...' என்று குரல் தழுதழுக்க செல்வியம்மா சொன்னபோது, கண்களில் கண்ணீருடன், அவர்களின் தோளின்மீது சாய்ந்துகொண்டாள்.

காலையில் அறைக்குள் அவனும் நடமாடிக்கொண்டிருந்தபோது, அவள் மௌனமாய் கல்லூரி கிளம்பினாள். அதன்பின் ஒவ்வொரு நாளும் பேருந்தின் ஜன்னல் வழியாய் தெரிந்த வானத்திடம் புது புது கதைகளாய் சொல்லிக்கொண்டிருந்தாள். கடைசியாய் அவளிடம் எஞ்சிய கேள்வி 'என்றாவது ஒரு நாள் மறுபடியும் நான் போதாமல் போவேனோ...' என்பதே.

சில நாட்களிலேயே, வீட்டில் எல்லா உறவுகளிடமும் சகஜமாகிவிட்டான், இவளைத் தவிர. இன்னும் ஒரு வார்த்தைகூட இவளிடம் பேசவில்லை. இவளும் பேசவில்லை. செல்வியம்மா இவளின் முகம் பார்ப்பது இப்போது அதிகமானது. அவர்களை வருத்தப்படுத்துவதே, இவளுக்கு சங்கடமாக இருந்தது.

விவாகரத்து வழக்கின் விசாரணை தேதி குறித்து நோட்டீஸ் வந்தபோது, அனைவருக்குள்ளும் அவனிருந்தான். அங்கிருந்து அவனே பேசினான்.

இனி இது வேண்டாம்மா, வக்கீலைப் பார்த்து பேசிரும்மா என்ற வார்த்தைகள் பெரியவர்களிடமிருந்து வந்தது. இவள் சொல்லாமலேயே அன்று அந்த அறைக்குள் அவன் நுழைந்தான் படுக்கையோடு.

அவள் ஏதும் சொல்லாமல், படித்துக்கொண்டிருந்தாள். அவன், முதல் தடவையாக சொன்னான், அவளிடம் பேசவிரும்புவதாக. அதுவும் அவளுக்கு 'போதவில்லை' என்றே கேட்டது.

'என்னை மன்னிச்சிரு நித்ரா. இனி வாழ்நாள் முழுவதும் இப்படி நடக்காது, உன்னைவிட அமைதியான ஒருத்தியை என்னால் இனி இழக்கமுடியாது நித்ரா... நீ எவ்வளவு பொறுமை. அவ ரொம்ப பேசுறா, எதுக்கும் லாயக்கில்லை, பொம்பளையே இல்லை, பிடாரி. அவளுக்கு வேறு எவனாவது கிடைத்திருப்பான். எட்டே மாசம்தான், என்னைப் பிடிக்கலைன்னு விட்டுட்டுப்போயிட்டா... ரொம்ப கஷ்டப்பட்டுட்டேன் நித்ரா...'

'நான் விட்டுட்டு போனபிறகும், நீ வீட்டைவிட்டு போகாம, இங்கேயே என்னை எதிர்பார்த்து இருந்திருக்கேன்னு நினைக்கும்போது, நான் உனக்கு எவ்வளவு பெரிய துரோகம் செய்துட்டேன்னு இப்போதான் புரியுது. அம்மா சொன்னா, விவாகரத்து பத்திரத்தில்கூட அப்பாதான் உன்னை கன்வின்ஸ் பண்ணி கையெழுத்து போடவைத்தார்ன்னு. என்னை நீ மன்னிச்சேன்னு சொன்னாதான், என்னால் நிம்மதியாய் இருக்கமுடியும்.' என்று நா தழதழக்க சொன்னான்.

மெதுவாய் அவளின் கையைப் பிடித்து, முகம் புதைத்தான். கையை விடுவிக்க முயற்சித்தாள். மெல்ல நகர்ந்து, அவளின் தோளில் சாய்ந்தான். இதேபோலவே, இதற்குமேலும் என்றுகூட எத்தனை முறை தன்னைத் தொட்டிருப்பான், சுகித்திருப்பான், ஆனாலும் போதவில்லையாமே. போதும் என்று இவன் சென்றவளிடம், அவளுக்கு இவனிடம் என்னென்ன போதாமல் போயிருக்கும் என்று போய்விட்டாள். நமக்கு ஏன்போதும், போதவில்லை என்பது தெரியவில்லை. போதவில்லை என்று வேற்றுடம்பை தேடியவனை எப்படி தன்னிடம் மறுபடியும் தேடவிடுவது. சட்டென கை உதறி விலகினாள். அருவெறுப்பு ஆட்கொண்டது மனதில். திரும்பிப் படுத்துக்கொண்டாள்.

அவளின் உதறல் கொடுத்த மௌனம் அந்த அறை முழுவதும் சுற்றித்திரிந்தது. அவன் பேச்சை நிறுத்தினான்.

காலையில், இவளுக்கு முன் செல்வியம்மா எழுந்துவிட்டார்கள். இவள் ஏதாவது சொல்வாளா என்பது போல் பார்க்கவும், 'காப்பி வேணும்மா' என்றாள்.

'அவன மன்னிச்சிட்டியாம்மா...' என்ற கேள்விக்கு, 'உண்மையைச் சொன்னால், இல்லேம்மா. நீங்க எல்லாம் அவருக்கு, அம்மா, அப்பா, அண்ணன் என உறவின் பெயரும் அதன்பின் பாசமும் சுமந்து, அவரின் தவறை மன்னிக்கமுடிகிறது, அனுசரிக்க முடிகிறது.

என் நிலை வேறு. என்னாலும் மனதால் மன்னிக்கமுடியும், ஆனால் உடல்கொண்டு அனுசரிக்கமுடியலம்மா. அருவெறுப்பாக இருக்கும்மா. என்னை இந்த மூன்று வருடமாக அனுபவித்துவிட்டு, நான் போதவில்லையென இன்னொருத்தியையும் தேடிப்போய், அதிலும் தோற்று, நானே பரவாயில்லை என்று தேடிவந்தவனிடம் எனக்கான எதுவும் இல்லைம்மா. ராமோடு வாழ எனக்கு விருப்பமில்லைம்மா.

நான் விவாகரத்துக்கே போறேன். ஒரு பெண்ணா உங்களாலே என்னைப் புரிந்துக்கொள்ள முடியும்ன்னு நம்புறேன்ம்மா...' என்ற சொல்லிக்கொண்டிருந்தபோதே சற்று கலங்கியிருந்தாள்.

'ராம் என்னை விட்டுட்டுப் போனப்போ, நீங்க எல்லோரும் என் பக்கம் இருந்தீங்க. என்னையும் உங்க பொண்ணா பார்த்துக்கிட்டீங்க. எனக்காக, என்னிடம்கூட கேட்காம விவாகரத்து வரைக்கும் ஏற்பாடு செய்தீங்க. இன்னைக்கு நான் எடுத்திருக்கிற இந்த முடிவினால், நீங்க எல்லோரும் என்னைவிட்டு விலகிருவீங்களோன்னு பயமாக இருக்கும்மா. ஆனால், உங்களைவிட்டு விலக என்னால் முடியலம்மா.

முடிந்தால், எனக்கு மாடியில் உள்ள அறையில், குடியிருக்க அனுமதி கொடுங்க, வாடகைக்குத்தான். நான் இப்படியே, என் உடலும் மனசுமாய் ஒரே ஆளாகவே வாழ ஆசைப்படுறேன்மா...' என்று நித்ரா சொல்ல, செல்வியம்மா அவளை அணைத்துக்கொண்டாள்.

~ புதிய தரிசனம், ஜனவரி 2016

ஓடிப்போகுதல்

தெருவெங்கும் பேசிக்கொண்டிருந்தார்கள், அவனும் அவளும் ஓடிப்போய்விட்டதாக. நேற்றுகூட அவனிடன் பேசிக்கொண்டிருந்தானே, ஓடிப்போவதைப் பற்றி தன்னிடம் ஒன்றும் சொல்லவில்லையே என்று நினைத்துக்கொண்டான் சிவா.

ஏன் ஓடிப்போனான். ஓடிப்போக என்ன அவசியம். அந்த பெண் இவன் தெருவில்தான் குடியிருந்தாள். அவளுக்கு ஒரு சித்தி இருந்தாள். அந்த பெண் சம்பாதிப்பதை எல்லாம் பிடுங்கிக்கொண்டு தெருவே கேட்கும்வண்ணம் கத்துவாள். கல்யாண செலவுக்குப் பயந்து, எப்போ இவள் ஓடிப்போவாள் என்று காத்திருந்தவள்தானே. அப்புறம் ஏன் இவள் ஓடவேண்டும்.

சரி, அவனுக்கு என்ன வந்தது. சிவா வீட்டிலிருந்து இரண்டு தெரு தள்ளிதான் அவன் இருக்கிறான். அவன் வீட்டில் இவளைப் பற்றி எந்த புகாரும் இல்லை. ஏற்கனவே அவன் தங்கையும் ஒரு வடக்கத்திக்காரனை காதலித்து கட்டிக்கிட்டு அங்கேயே போய்விட்டாள். பிறகு ஏன் இவன் ஓடிப்போகவேண்டும். குழம்பிப்போனான் சிவா.

தான் நினைப்பதுபோலவே அவனும் ஓடிப்போவதை இலட்சியமாய் வைத்திருந்திருப்பானோ. புது இடத்தில் புது வேலையில் புதிதாய் இருக்க ஆசையோ. தானும் ஓடிப்போகலாமா என்றும் தோன்றியது சிவாவுக்கு. அதற்கு நிச்சயமாய் ஒரு பெண் வேண்டும். தனக்கு அந்த கொடுப்பினை கிடைக்காது என்றே யோசித்தான். இருந்தும் ஓடிப்போகும் ஆசை அவனை விடவில்லை.

சினிமாவில் எல்லாம் பார்ப்பதுப்போல், சேலை தடுக்கிவிழும் அவளின் கையைப் பிடித்து

இழுத்துக்கொண்டு, தன் குண்டு உடம்பு குலுங்க குலுங்க ஓடுவதாக கற்பனை செய்து பார்த்துக்கொண்டான். இளவயதில் அவனின் தூரத்து சொந்தமான நிரமலாக்காவிடம் இதை சொல்லி அவள் ஊரெல்லாம் கொட்டடித்தது நினைவுக்கு வந்தது. குண்டாக இருப்பவர்களுக்கு சாதாரணமாகத்தான் கல்யாணம் நடக்கும், அவர்களால் ஓடிப்போக முடியாது என்னும் உண்மையை ரொம்ப காலம் கழித்து புரிந்துகொண்டான். இருந்தும் அதை பற்றியே யோசிப்பது அவனுக்கு மகிழ்ச்சியாய் இருந்தது.

தான் அதிக குண்டாய் இருப்பதைக் குறித்து அம்மாதான் எப்போதும் புலம்புவாள். அரிக்கன்மேட்டுக்கு அருகில் ஜிம் ஒன்றை, செருப்புக்கடை பாயின் மருமகன் திறந்திருப்பதாக நேற்று கூறினாள். அங்கெல்லாம் செல்ல தன் பருத்த உடலை காட்ட இவனுக்கு ஒரு வெட்கம் உண்டு. அது அவன் அம்மாவுக்கு தெரிவதில்லை. அவள் தேடியெடுக்கும் பெண்ணெல்லாம் இவன் போட்டோவைப் பார்த்துவிட்டு வேண்டாம் என்கிற தொனியில் தன் முகத்துக்கு நேராகவே உதடு பிதுக்குவதாகக் கவலைப்படுவாள்.

இவன் அதற்கெல்லாம் கவலைப்படுவதில்லை. வயசு முப்பத்தைந்தை நெருங்கிவிட்டது. நல்ல சம்பளம், கடனில்லாமல் அப்பா கட்டிய வீடு, வர போக வண்டி, வண்டி கடன் தவிர வேறு ஏதும் பெரிதாய் கவலையில்லை அவனுக்கு. அம்மாதான் பைத்தியம் போல் 'என் தலையில பொறுப்ப விட்டுட்டு போயிட்டியே' ன்னு அப்பாவைத் திட்டிக்கொண்டிருப்பாள்.

இரண்டு நாட்களாய், மூன்று தெரு தள்ளியிருக்கும் ஜோசியக்காரனிடம் கேட்டுவிட்டு வந்ததில் இருந்து அம்மா ரொம்ப சந்தோஷமாய் இருந்தாள். தென்கிழக்கு திசையில் இருந்து பெண் வருமென்று சொன்னானாம். எது தென்கிழக்கு திசையென்று சுற்றிப்பார்த்தான். ஒரு வேளை அம்மாவுக்குத் திசை தெரிந்திருக்குமோ என்னவோ என்றும் யோசித்தான்.

அவளின் ஊர் அந்த திசையில் இருப்பதாகவும், அங்கு போய் பெண் தேடப் போவதாகவும் சொல்லிக்கொண்டு கிளம்பினாள். அதிகமாய் ஆசைப்படுகிறாள் என்று இவன் சிரித்துக்கொண்டான்.

ஆரஞ்சு வண்ணத்தில் பட்டாம்பூச்சிகள் பறக்கும் சேலையுடன் பிருந்தா ஆபிசுக்குள் நுழைந்தாள். சிவாவுக்கு அவளுடன் ஒரு தனி வாஞ்சை உண்டு. அனேக முறைகள் அவளோடு கனவில் களித்திருக்கிறான். ஆனால், அவளோ ராகவைப்

அகிலா 71

பிடித்திருப்பதாகச் சொல்லி அவனோடு சுற்றிக்கொண்டிருந்தாள். ராகவை விட்டு விலகியபோது, தன்னோடு வரமாட்டாளா என்று எதிர்ப்பார்த்தான். ஆனால், பிருந்தாவோ, புதிதாய் ஆபிசுக்கு வந்துசேர்ந்த ஒரு தெலுங்குக்காரனைப் பிடித்திருக்கிறதாய் சொன்னாள் எல்லோரிடமும். அவனுக்கு இதெல்லாம் இப்போது சலித்துப்போனது.

அவனைப் பார்த்து நடந்து வருவது கண்ணின் ஓரமாய் தெரிந்தது. ஒரு இன்விடேஷன் நீட்டினாள். வாங்கிப் பார்த்தான். நிச்சயதார்த்த பத்திரிகை. அதில் அந்த தெலுங்குகாரன் பெயரும் இல்லை. வேறு பெயர் இருந்தது. இவள் ஏன் ஓடிப்போகாமல் இன்விடேஷன் அடிக்கிறாள் என்று நிமிர்ந்து பார்த்தான்.

உனக்கு மட்டும் கல்யாணமே ஆகாது என்பது போல் அவள் முகஜாடை காட்டி நகர்ந்து போனாள். நிச்சயம்தானே முடிகிறது, கல்யாணம் வரை வருமா, அதற்கிடையில் வேறு ஒருவனை மாற்றாமல் இருப்பாளான்னு பார்ப்போம் என்ற வன்மம்கூட சிவாவுக்குள் தலை தூக்கியது. சே, என்ன நாம இப்படி ஆயிட்டோம் என்னும் வருத்தமும் உண்டானது.

அம்மா இரண்டு நாட்களாக இல்லாதது வீடு குப்பையாக கிடந்தது. துணியை மட்டும் மிஷினுக்குள் திணித்துவிட்டு, வாங்கிவந்த சமோசாவுடன் டிவியின் முன்னிருந்த சோபாவில் விழுந்தான். அது அவனை அமிழ்ந்து உள்வாங்கியது. பசி அடங்காமல், ஆம்லேட் போட்டு சாப்பிட்டான். பாத்திரங்களை தண்ணிகூட விடமால் சிங்கில் தள்ளிவிட்டான்.

கனவில், டிவியில் ஆடிய பெண், அப்புறம் பிருந்தா, அப்புறம் ஓடிப்போன அந்த பெண் எல்லோரும் வந்து நடனமாட அவனை அழைத்தார்கள். யாருடனும் அவனுக்கு நடனமாட பிடிக்கவில்லை. முப்பத்தைந்து வயது, உடல் பருத்த ஒருவனை யார் திரும்பிப் பார்க்கப்போகிறார்கள். ஒருவேளை வயதாகிவிட்டால் பக்கத்து கடைக்காரன் சுந்தரத்தின் தாத்தாவைப் போல் மெலிந்துவிடுவேனோ, அப்போதான் நமக்கு பெண் கிடைக்குமோ, வயதானவளாக சேலையை கட்ட கை நடுங்குபவளாக இருப்பாளோ என்றெல்லாம் யோசித்துக்கொண்டே தூங்கிப்போனான். மறுநாள் காலை வேலைக்காரி வரும்வரை முட்டை நாற்றம் வீட்டுக்குள் சுற்றிக்கொண்டிருந்தது.

ஆபிஸ் விட்டு வரும்போது, அம்மா முகம் கொள்ளா சிரிப்புடன் காத்திருந்தாள். தன்னைக் கவலைப்பட வைப்பதே இவளின் வேலை என்பதாகப்பட்டது சிவாவிற்கு.

அவளே கையில் ஒரு போட்டோவுடன் சிவாவிடம் வந்தாள். அமைதியான பொண்ணு வீட்டில் வசதி கம்மிதான், அதனால் ஒன்றும் செய்ய வேண்டாம், நாங்களே கல்யாணத்தை நடத்திக்கிறோம்ன்னு சொல்லிட்டேன் என்றாள். இவனுக்குள் போட்டோ பார்க்கும் ஆவல் இருந்தது. இப்படி பெண்களின் புகைப்படங்களைப் பார்ப்பது அவனுக்கு ஆறுதலாய் இருந்தது. இருந்தும் சந்தேகம் துளிர்விட்டது. கண் இடுக்கி அம்மாவைப் பார்த்தான்.

போட்டோவை அம்மாவின் கையிலிருந்து வாங்கிப் பார்த்தான். பிறந்ததிலிருந்து சோறே சாப்பிடாதவள் போல் ஒரு பெண் அதில் இருந்தாள். கன்னம், மார்புகள் எல்லாம் ஒட்டி போய், கைகள் நீண்டு, நீளமான வெள்ளை பல்லி மாதிரி இருந்தாள். தன் முகத்தையே அம்மா பார்ப்பதைக் கவனித்தான். அவள் கையில் போட்டோவைத் திணித்துவிட்டு நகர்ந்தான்.

இப்படி ஒரு ஒல்லிகுச்சியுடன் எப்படி சாத்தியமாகும் எல்லாம். நெட்டில் தேடத் தொடங்கினான் குண்டு கணவன் ஒல்லி மனைவி என்று. தன்னால் யாரையாவது இழுத்துக்கொண்டு ஓடிப்போக முடியலையே என்கிற கவலை அதிகமானது. கம்ப்யூட்டரை அணைக்காமலேயே தூங்கிப்போனான். இன்று யாரும் அவனை நடனமாட அழைக்கவில்லை.

ரிசப்ஷனில் எல்லோரும் இவனையும் அவளையும் பார்த்து சிரிப்பதாகத் தோன்றியது. எல்லோரும் கற்பனை பண்ணியிருப்பார்களோ என்று யோசித்தான். கோட் போட்டிருக்க வேண்டாமோ என்றும் யோசித்தான். அம்மா மட்டும் எப்படி சந்தோஷமாய் அலைகிறாள். அவளுக்கு தெரியுமோ எல்லாம் சமன்படும் என்று. தீர்க்கதரிசியோ.

பத்து நாட்கள் லீவ் முடிந்து, ஆபிஸ் கிளம்பிய அன்று, வண்டியைக் கிளப்பும் முன் அவளைப் பார்த்து டாடா காட்டினான். அவளின் சிரிப்பே சாயங்காலம் வரைபோதுமென்று நினைத்தான். எதிர்வீட்டு பெண் இவனைப் பார்த்து ஒரு மாதிரி சிரிப்பது போல் இருந்தது. இவனும் மனதுக்குள் சிரித்துக்கொண்டான். என்றோ எவனுடனோ அதற்காகவே ஓடிப்போகப் போகும் அவளுக்கு என்ன தெரியும், யாராக இருந்தாலும், ஓடிப்போனாலும் போகாவிட்டாலும், வாழ்க்கை ஒரே இடத்தில் இருந்துதான் தொடங்குமென்று.

* * *

மெலிதாய்

துப்பட்டாவின் முனைகளை முடிச்சு போட்டு, கழுத்தை ஒட்டி போட்டுக்கொண்டு ஸ்கூட்டியை ஸ்டார்ட் பண்ணினாள் ஷைலு.

'ரகு கண்ணா ஒழுங்கா ஆடாம நின்னுக்கோ. அம்மா ஓட்டனும்லப்பா.' என்றவாறே ரகுவை நேரே நிப்பாட்டினாள்.

ரகுவை ஸ்கூலில் விட்டுவிட்டு மெயின் ரோடு திரும்பி கடைக்கு வரும்போது பத்து ஆகிவிட்டது. உள்ளே கந்தசாமி தைத்துக்கொண்டிருந்தார். கஸ்தூரியும் பவானியும் டிசைன் வொர்க் பார்த்துக்கொண்டிருந்தார்கள்.

'கந்தசாமி அண்ணா, நான் பட்டன் ஹவுஸ் வரை போயிட்டு வரேன். கொஞ்சம் கடையைப் பார்த்துகோங்க. பவானி உஷான்னு ஒரு கஸ்டமர் பேரூரில் இருந்து வருவாங்க. அவங்க கிட்டே போன தடவை பேலன்ஸ் இருக்கு. பில்லில் இருக்கு. பார்த்து வாங்கிக்கோங்க...'

'சரி அக்கா...'

ஸ்கூட்டி உதைத்து கிளம்பினாள். அம்மா வேற சுஜி கல்யாணத்திற்காக வாங்கிய நகை செட்டை கொடுத்துட்டு வர சொன்னாங்க. சுஜி எப்படி அட்ஜஸ்ட் பண்றாளோன்னு கவலை வந்தது. அவங்க மாமியாரும் மாமனாரும் வேறு இன்னைக்கு ஊருக்கு கிளம்பிவிடுவார்கள். இவளுக்கு சோறுகூட வைக்கத் தெரியாதே என்னும் கவலையும் சேர்ந்து பற்றிக்கொண்டது.

இரவு சாப்பாட்டின்போது, அம்மா, 'சுஜி பேசினாம்மா. சோறும் ரசமும் வச்சிட்டாளாம்'

என்று சொல்லி சிரித்தாள். 'யாரோடும் சரியாக பொருந்தவே மாட்டாள். எப்படி சமாளிக்க போறாளோன்னு கொஞ்சம் கவலையாக இருக்கு' என்றும் சேர்த்துக்கொண்டாள்.

'அதெல்லாம் சரியாகிடுவா.' அப்பா சமாதானப்படுத்த பார்த்தார்.

அவ கொஞ்சம் துடுக்குதான். படிக்கும் காலத்திலேயே பசங்ககூட எப்போவும் சண்டைதான். அவகிட்டே நூறு தடவை கேட்டுதான் இந்த வரனையே முடித்தார்கள்.

'ரகு தூங்கிட்டானாம்மா ?'

'தூங்கிட்டான். இனி கொஞ்சம் சீக்கிரம் கடையை மூடிட்டு வந்துரும்மா. காலம் கெட்டு கிடக்கு. காலி பசங்க நிறைய இருக்காங்க நம்ம தெருவிலேயே. ஒரு சின்ன கார் வாங்கிக்கோம்மா. எங்களுக்கும் கொஞ்சம் தைரியமாக இருக்கும்.' என்றாள் கவலையுடன்.

இதற்கு மேல் இருந்தால் அம்மா தன் கவலையை எங்கேகொண்டு போவாள்ன்னு ஷைலுவுக்குத் தெரியும். கை கழுவிவிட்டு ரூமுக்குள் போய்விட்டாள்.

ரகு தூங்கிக்கொண்டிருந்தான். பக்கத்தில் ஒரு புத்தகத்துடன் உட்கார்ந்தாள். மொபைலில் சத்தம் வரவும். சுஜிதான். புதிதாய் அவர் வாங்கிக் கொடுத்த சேலையை படம் எடுத்து அனுப்பியிருந்தாள், இது முதல் சேலை என்று தலைப்புடன்.

தன் முதல் சேலை எதுவென்று நினைவுக்கு வரவில்லை. திருமணம் முடிந்த பத்து நாட்களில் பறந்துவிட்டான். அடுத்த வருடம் வந்தான். அவனோடு இவளும் துபாய் போய் மூன்று மாதங்கள் இருந்துவிட்டு வந்தாள். அதன் பிறகு ஹார்ட் அட்டாக்கில் இறந்து போனதாய் அவனின் உடல் மட்டுமே இந்தியா வந்தது. ஆத்மா அங்கேயே இருந்துவிட்டது.

அதன் பிறகுதான் இவன் பிறந்து, கடை வைத்து ஏதோ ஓடுகிறது வாழ்க்கை. சுஜி கல்யாணம் வந்த பிறகு நிறைய மனகிலேசங்கள். இருந்தாலும் தவிர்த்துவிட்டு வேலை மட்டுமே கருத்தாய் ஓடிக்கொண்டிருக்கிறாள்.

அம்மா இவளின் மறு கல்யாணம் குறித்து சுஜி கல்யாணத்திற்கு முன்பிருந்தே கேட்டுக்கொண்டிருந்தாள். 'எனக்கு நாட்டமில்லைம்மா, விட்டுரு என்னை, சுஜிக்கு முடிங்க முதலில்...' என்று தட்டிக் கழித்தாயிற்று. இனி என்று மறுபடியும் ஆரம்பிப்பாளோன்னு யோசனையாக இருந்தது ஷைலுவுக்கு.

அகிலா ☆ 75

அஞ்சாறு மாதம் ஓடிவிட்டது. ஷைலு வீடு திரும்பும்போது வெளியே கார் ஒன்று நிற்கவே, அடி வயிற்றில் ஏதோ செய்தது. உள்ளே போனவளுக்கு சங்கரைப் பார்த்ததும் நிம்மதி வந்தது.

'எங்கேடா உன்னை இந்த பக்கம் ஆளையே காணோம்'

'போக்கா... நீயாவது வந்து எட்டிப் பார்க்கலாமே. அம்மாவுக்கு கொஞ்சம் உடம்பு முடியல. தைராயிட் ப்ராப்ளம்.'

'சரிடா. இந்த ஞாயிற்று கிழமை போயிட்டு வரலாம்மா'

அம்மா பதில் சொல்லாமல், 'பார்ப்போம்...' என்று சங்கரைப் பார்த்தாள்.

அப்பாவும் வந்து உட்காரவும், இவளுக்கு ஏதோ புரிந்தது.

சங்கர்தான் ஆரம்பித்தான். 'அக்கா, ஒரு பையன். பெயர் சரவணன். பேங்க்லே வேலை செய்றார். அவருக்கு அத்தை மட்டும்தானாம். அவங்களும் ஊரில் இருக்காங்களாம். நமக்கு தெரிந்தவர்தான். உன்னை கடைத்தெருவில் அடிக்கடி பார்த்திருக்கிறாராம். ரொம்ப பிடித்திருப்பதாக சொன்னார். கேட்டு வந்தார். அம்மாவும் உன்னைப் பற்றியும் ரகுவைப் பற்றியும் சொன்னாங்க. எந்த பிரச்சனையும் இல்லை. எனக்கு அவங்களை பிடிச்சிருக்குன்னு சொல்லிட்டார். ஒரு வருஷம் ட்ரைனிங் போறாராம் வடநாட்டுக்கு. அதுக்குள்ளே கல்யாணம் முடிச்சுட்டுபோலாம்ன்னு பிளான். போட்டோகூடகொண்டு வந்திருக்கேன். பார்த்துட்டு சொல்லுக்கா.'

அவன் நீட்டிய போடோவை வாங்கவில்லை. 'திருப்பி திருப்பி எனக்கு பிடிக்காததையே ஏன் எல்லோரும் பேசுறீங்க. உங்க எல்லோரையும் பார்த்தாலே எனக்கு பயமாயிருக்கு. தனியாககூட ஒரு வீடு பார்த்து போயிடலாமான்னு பார்க்கிறேன்... அம்மா அப்பா வயசை பார்த்துதான்கூட இருக்கேன்.' சொல்லிவிட்டு எழுந்தாள்.

அம்மாவின் அழுகையின் விசும்பல் கேட்டதும் மறுபடியும் உட்கார்ந்தாள். 'சரி, நான் கொஞ்சம் யோசிக்கட்டும். ஒரு பத்து நாள் வேணும்...' என்று சொல்லிவிட்டு எழுந்து போனாள்.

'இதுக்கு எதுக்கு பத்து நாள். நாம அதுக்குள்ளே இதை மறந்துருவோம்ன்னு நினைக்கிறாபோல. போட்டோவைகூட பார்க்கலை பாருடா...' என்று கல்யாணி ஆரம்பிக்க, 'பெரியம்மா, அக்கா கேக்குற டைமை கொடுப்போம். அமைதியாக இருங்க.

அதுவரைக்கும் அவ கிட்டே ஒன்னும் கேட்காதீங்க.' என்று சொல்லிவிட்டு போட்டோவைக் கொடுத்துவிட்டு கிளம்பினான்.

நாலு நாள் போயிருக்கும், சுஜி அழுதுகிட்டே வீட்டுக்குள் நுழைந்தாள்.

'என்னம்மா, எதுக்கு அழறே...' கல்யாணி பதறிவிட்டாள்.

' என்னப்பா மாப்பிள்ளை இவன். அவனுக்குன்னு ஒரு ஒபினியனே இல்லப்பா. மண்ணு மாதிரி இருக்காம்பா. என்னாலே ஒத்துப் போக முடியும்ன்னு தோணலை' என்று குண்டு தூக்கி போட, சுவரோடு சாய்ந்து உட்கார்ந்துவிட்டாள் கல்யாணி.

சுவாமிநாதன்தான் அவளிடம் விவரம் கேட்டுக்கொண்டிருந்தார். இத்தனை மாசம் வாழ்ந்துட்டு என்னடி பேச்சு இதுன்னு கல்யாணி கேட்க, 'ஓ, நீ கட்டிவச்சதே கட்டிலுக்குதானா' ன்னு சுஜி பேச்சை எங்கேயோகொண்டு போக, 'பெருமாளே' என்றபடி வாயை மூடிக்கொண்டாள் கல்யாணி.

அதன் பிறகு ஒரு வாரத்தில் மாப்பிள்ளை வந்து கூப்பிட்டு, உடனே போகாமல், இரண்டு நாள் கழித்து போனாள். அப்புறம் இது அங்கு பழக்கம் ஆகிப் போனது.

இதற்கிடையில் சுஜி உண்டாகி, பிள்ளையும் பெற்றுவிட்டாள். இந்த ஒரு வருடத்தில் எல்லோரும் ஷைலுவை மறந்தே போனார்கள். ரொம்ப சந்தோஷமாக குழந்தையைக் கொஞ்சிக்கொண்டிருந்தாள்.

ஆனால், விதி யாரைவிட்டது. சரவணன் சங்கரிடம் மீண்டும் தன் விருப்பத்தை சொல்ல, ஷைலுவிடம் போட்டோ நீட்டப்பட்டது. பார்த்துவிட்டு கிழித்து போட்டு, பதில் பேசாமல் போய்விட்டாள். பரவாயில்லை, கத்தாமல் போறாளேன்னு கல்யாணி சமாதானப்பட்டுகிட்டாள்.

யார் அவகிட்டே பேசுவதுன்னு குடும்பமே யோசித்துக்கொண்டிருக்க, சுஜி, 'நான்...' என்றாள்.

கல்யாணி கையெடுத்து கும்பிட்டு, 'அம்மா தாயே... நீ வாயை மூடிக்கோ. பத்துநாள் சேர்ந்தாப்புல உன்னாலே குடித்தனம் நடத்த துப்பில்ல. அவளுக்கு அட்வைசா... இப்போவாவது அவ ஒழுங்கா இருக்கா. கல்யாணம்னு சொன்னால் கத்தாம இருக்கா. நீ பேசினா, என்னை ஊறுகாய் போட்டுருவா...'

'கல்யாணம் ஆன ஒரு பெரிய மனுஷிக்கு கொடுக்கிற மரியாதையை யார் கொடுக்கிறா எனக்கு இந்த வீட்டுல. என்

பேச்சை கேட்கவும் ஆளில்லை இங்கே. இதுக்கு நான் அங்கேயே இருக்கலாம். அந்த மனுஷன் நான் சொல்றதுக்கு எல்லாம் தலையைதலையை ஆட்டிக்கிட்டாவது இருப்பாரு...' என்று சொல்ல, கல்யாணியும் பதிலுக்கு, 'இவ்வளவு சொல்றதுக்கு அங்கே இருக்க வேண்டியது தானே. ஏன் இங்கே வரே...' என்று கத்த, அப்பா இடை புகுந்தார்.

' நீ போ, எனக்கும் உனக்கும் ஒரு காப்பி போட்டுகொண்டு வா. உங்கம்மாவுக்கு வேண்டாம்.'என்று அவளை அனுப்பிவிட்டு, கல்யாணியிடம், 'சின்ன வயசுதானே அவளுக்கு. படபடன்னு பேசுறா. அது கொஞ்ச நாள் போனா நின்னுடும். விடு. மாப்பிள்ளை நல்லவர். அதனால் இவ குணத்தை பொறுத்துகிறார். கொஞ்சம் வருஷம் போனால் புரியும் அவளுக்கு' என்று சொல்ல, கல்யாணி அவரை பிடித்துகொண்டாள்.

'உங்களாலேதான் இந்த பிள்ளை இப்படி கெட்டு போகுது. ஏதாவது ஒரு சண்டையை இழுத்துட்டு இங்கே வரா. பெரியவ பிரச்சனையை இவ கல்யாணம் முடிச்சுட்டு முடிக்கலாம்னு பார்த்தேன். அதுக்கு இவ விடமாட்டாபோல. ரெண்டுமே இப்படி இருக்கே' ன்னு புலம்ப தொடங்க, அவர் 'ஷ்... ஸ்கூட்டி சத்தம் கேக்குது. ஷைலு வரா. இவ பிரச்சனையை அவகிட்டே சொல்லாதே. அவளுக்கு இன்னும் கல்யாணத்து மேல வெறுப்பாயிடும்.' சொல்லிவிட்டு நகர்ந்தார்.

'*அ*க்கா...'

புத்தகத்திலிருந்து நிமிர்ந்தாள்.

'ம்ம்... சொல்லு, எப்போ கிளம்புறே?'

சுஜி சிரிக்க ஆரம்பித்தாள்.

'நான் எப்போ வந்தாலும் எப்போ கிளம்புறேங்கிற கேள்வியை அம்மாதான் ஸ்டாக் வச்சிருப்பாங்க. இப்போ நீயுமா...'

ஷைலுவுக்கும் சிரிப்பு வந்தது.

'போக்கா... ஏதோ ஒரு சமயத்தில் கோபம் வருது. சண்டை போட்டு வெளியே வரேன். அப்புறம் ஒரு வாரத்துக்குள்ளே கொஞ்சம் சமாதானம் ஆகுறேன். அதுக்குள்ளே அவரும் ரெண்டு தடவை வந்து முகத்தை காமிச்சுட்டு போறாரு. இப்போவெல்லாம் ராத்திரி பிள்ளை முழிச்சா அவரே பார்த்துக்கிறார். அப்படியே நானும் அவரை கட்டி பிடிச்சுட்டு அவர் மேலே சாஞ்சுகிட்டு தூங்கிருவேன். அதுல எங்கேயும் காமம் இல்லக்கா. ஒரு அன்பு ஒரு

அரவணைப்பு இருக்கு. கோவிச்சுகிட்டு வந்த பிறகு மனசு அந்த அரவணைப்பைதான் ரொம்ப தேடும். உடனேயே சமாதானம் ஆகணும்னு தோணும்.

கல்யாணம் ஆன புதுசுல திருப்பி போகவேகூடாதுன்னு தோணுச்சு. அப்புறம் ஒரு வாரம் நாம் இல்லாம கஷ்டப்படட்டும்னு தோணுச்சு. அப்புறம் மூணு நாள் கஷ்டப்படட்டும்னு, அதுக்கப்புறம் வந்த சண்டைகள் எல்லாம் வலுவிழந்துகிட்டே வருது. அடிச்சுகிட்டாலும் பிடிச்சுகிட்டாலும் அவர்கூடவே இருக்கணும்னு தோணுது. அதுதான் கல்யாணத்தோட மேஜிக்போல.

கத்தறதும் மெதுவா காதுக்குள்ளே பேசறதும், கிள்ளுறதும் முத்தம் கொடுத்துகிறதும், நம்ம கோபத்துக்கு அவர் அடங்குறதும் அவர் மிரண்டால் நாம சரின்னு போறதும், எல்லாமே வாழ்க்கைக்குள்ளே இருக்கணும்கா... அக்கா... புரியுதா...' ன்னு மெதுவாக சுஜி, சைலு தோள் மேல கையை வச்சு கேட்க, ஷைலுவின் கண்களின் ஓரமாய் கண்ணீர்.

'நீ மிஸ் பண்ணிராதேக்கா இதை, இந்த வாழ்க்கையை, இந்த அன்பை, இந்த அண்மையை... தனியா ஓடுறதுலே சந்தோஷமில்லை. கூட யாராவது இருக்கனும்க்கா...' என சன்னமாய் சொன்னாள்.

'நம்ம அம்மா அப்பாகூட அதை அடிப்படையா வச்சிதான் வாழ்ந்துகிட்டு இருக்காங்களோன்னு தோணுது. ஆனால், ஒரு விஷயம். நம்ம அம்மாவை மாதிரி கண்டினியூசா வீட்டுக்காரர் முகத்தை பார்த்துக்கிட்டு என்னாலே இருக்கமுடியாதுப்பா. அதுதான் அப்பப்போ அம்மா வீட்டுக்கு ஜூட் விட்டுறேன். ஹாஹா...' என்று சந்தோஷமாக சிரிக்க, கண்களில் நீருடன் ஷைலுவும் சுஜியுடன் சேர்ந்து சிரித்தாள்...

'சரி, சரி, கண்ணை துடைச்சுக்கோ. அடுத்த தடவை நான் சண்டை போட்டுட்டு வரதுக்குள்ளே அந்த பேங்க்கார கண்ணாடி மாமனை ரெடி பண்ணி வை. வந்து அட்சதை தூவுறேன்...' என்று சொல்லிகிட்டே சுஜி எழுந்து, ஏதோ ஒரு பாட்டை முணுமுணுத்துக்கொண்டே படியிறங்க, அம்மா அங்கே கண்ணீருடன் கை கூப்பி நிற்பதைப் பார்த்தாள்.

ஷைலுவுக்குள்ளும் மெலிதாய் ஒரு பாட்டை முணுமுணுக்கும் ஆசை இப்போது முளைத்திருந்தது.

~ கல்கி, ஏப்ரல் 2016

தொங்கட்டான்கள்

வழியெல்லாம் வட்டில் கிணறு நிறைந்து நீர். பாத்தி கட்டி பசுமை. சங்கரி துர்க்கம் தாண்டிற்று ரயில்வண்டி. ஐந்தாம் முறையாய் காதுக்குள் இளையராஜாவின் குடகு மலை காற்றில் ஒரு பாட்டு. கண்களைக் கடக்கும் மொட்டை பனைகளைபோல, துடைச்சுவிட்ட மாதிரி இருக்கு மனசு.

ரயில்நிலையம் நெருங்கியதும் தோள் பையும் பெட்டியுமாய் எழுந்தாயிற்று. இறங்கியதும் 'வணக்கம்' என்றவாறு அருகில் வந்த இளைஞனை முருகன் என்று அனுமானிக்க முடிந்தது.

'சங்கரையா...' என்றதும், 'ஆமாம், அவர்தானம்மா என்னை அனுப்பிச்சார். முருகன். டில்லியிலிருந்து வரீங்க. பயணம் சௌகரியமா இருந்ததா' என்கிற கேள்விக்கு, 'விமானம்தானே , இங்கே வரத்தான் ரயில்' என்று பதில் சொன்னேன்.

ஸ்டேஷன் விட்டு வெளியே வந்து, ஒரு பழைய மாருதி வண்டியில் முன் கதவைத் திறந்துவிட்டான். வண்டி உருளத் தொடங்கியதும், ஒரு மெல்லிய காற்று நாத்து கட்டுகளின் மணத்தை நாசியில் கொடுத்தது.

'அணைக்கட்டு விஷயமாத்தானே எழுத வந்துருக்கீங்கம்மா '

'ம்ம்... கருப்பண்ண உடையாரின் இறப்பு குறித்தும்தான்...'

'இப்போ மழை அதிகமா இருந்ததாலே, ஆத்துல தண்ணி அதிகமாயிருக்கு. நாலஞ்சு நாளு பசனூரில தங்கிட்டு அப்புறம் போகலாம்மா. இங்கேதான் கவர்மென்ட் கெஸ்ட் ஹவுஸ் இருக்கு. உங்க சௌரியம் சொல்லுங்க.'

‘ம்ம்... சரி’

வெளியே பார்வையில் வயல். வயல் வரப்புகளினிடையில் சிறிதாய் ஒரு கோவில். அதன் வெளியே ஒற்றை கால் மேல் மற்றொரு கால் இருத்தி சிவப்பு சீலையுடன் சற்று பெரிதாய் பத்ரகாளி. அவளின் துணைக்கு அமர்ந்துவிட தவித்தது மனசு.

சிறிது தூரம் போனதும், மர நிழலில் வண்டி நிறுத்தி, பெட்டியை தூக்கிக்கொண்டான் முருகன். நடக்கத் தொடங்கிய சில நொடிகளில் கண்ணின் வட்டத்திற்குள் சிறு கூட்டம் தென்பட்டது. முகபாவனைகளிலிருந்து, அவர்கள் ஆவேசப்பட்டு பேசுவதை உணரமுடிந்தது. சற்று நடையை நிறுத்தியபோது, முருகன், ‘ஏதோ பஞ்சாயத்தும்மா ‘ என்றான்.

இவர்களைப் பார்த்ததும், நடுவில் தலைப்பாவுடன் நின்றிருந்தவர் இவர்களை நோக்கி வரத் தொடங்கினார். கூட்டத்தைப் பார்த்து, ‘இன்னும் நாலு அடி பாக்கி. விளாசுங்க அவள’ என்று பெரிய வயிறு குலுங்க குரல் எழுப்பினார்.

அப்போதுதான் அந்த பெண்ணைப் பார்த்தேன். ஒரு பதினெட்டு வயதுகூட இருக்காது. சாட்டை கோடுகள் அவள் ஜாக்கட்டைத் தாண்டி, சதையில் வரியிட்டிருந்தன. எதற்கும் அசராதவளாய் முகத்தில் கோணலாய் ஒரு புன்னகையைப் பரப்பியிருந்தாள்.

‘இனி செய்யாதே’ என்னும் அவரின் அடுத்த குரலுக்கு தலையசைத்தாள். அடிபணிந்துவிட்டதாய் முணுமுணுப்பு காட்டி மெதுவாய் கலைகிறது கூட்டம். அவள் அப்படியே நிற்கிறாள், விரல் உணரும் சேலையின் முடிப்பை இறுக்கிக்கொண்டே. கிழியாமல் கசங்குகிறது நூலிழைகள்.

தலைப்பாகை மனிதர் என் அருகில் வந்து, ‘நீங்கதானா சுப்ரதா மேடம்’ என்று கைகூப்ப, ‘ஆமாம்.’ என்றேன். ‘அய்யாதான் ஊருக்கு எல்லாம்’ என்றான் முருகன்.

கூட்டம் எங்களையே பார்த்துக்கொண்டிருக்க, ‘அவள போகச்சொல்லுங்க ‘ என்று சொல்லிவிட்டு, நடக்கத் தொடங்கினார். ‘தப்பா எடுத்துக்காதீங்க. சிறுக்கி மக. அடிச்சாதான் சரிப்படும்’ என்றார்.

கெஸ்ட் ஹவுஸ் வரும்வரை இறுக்கமான மௌனம் நிலவியது.

மதிய உணவு முருகனும் இன்னொரு பெண்ணுமாய் கொண்டுவந்தார்கள். மனைவி என்றான். முழுகாம இருக்கா என்றான். மென்மையாய் சிரித்தாள் அந்த பெண்.

சற்று எழுத்து வேலை பார்த்துவிட்டு, சோம்பல் முறித்து தலை நிமிர்த்தி நேரம் பார்த்தபோது, பின் கட்டில் ஏதோ நிழலாடுவதை உணர முடிந்தது. எழுந்து போய் பார்த்தால், காலையில் அடி வாங்கிய அந்த பெண்.

முகத்தில் சாட்டையின் நுனி இழுத்த வரிகள் தெரிந்தன. வரச்சொல்லி கையசைத்தபோது, மெதுவாய் வந்தாள்.

‘மருந்து போட்டியா’

‘ம்ஹூம்’

கையோடுகொண்டுவந்த ஆண்டிசெப்டிக்கை கொடுத்து போட சொன்னபோது, சிறிதாய் புன்னைகைத்து வாங்கிக்கொண்டாள். அதற்குள் முருகன் வரவே, நகர்ந்தாள்.

‘அம்மா, இவதான் எப்போவும் இந்த கெஸ்ட் ஹவுஸ் பார்த்துப்பா. என்ன கேட்டாலும் செய்து தருவா. இவளும் இங்கேயே உங்ககூட படுத்துப்பா.’ என்று சொல்லிவிட்டு, அவள் நகர்ந்ததும், ‘கொஞ்சம் கவனம்மா. அவ்வளவு நல்ல பொண்ணு இல்ல.’ என்றான்.

‘அவளும் அவ தொங்கட்டான்களும்,’ என்று முணுமுணுத்துக்கொண்டே, உள்ளே பார்த்து, ‘கதவை சாத்திக்கோ’ என்று சொல்லிவிட்டு செருப்பு மாட்டிக்கொண்டான்.

அப்போதுதான் கவனித்தேன் அவளின் நீள் தொங்கட்டான்களை. அவளைப்போலவே அழகாய் இருந்தன.

‘உனக்கு தொங்கட்டான்கள் பிடிக்குமா’

‘ரொம்பபப...’ என்றாள்.

புழுக்கம் இருந்ததால், மின்விசிறியை சற்று கூட்ட, எடுத்து வைத்திருந்த காகிதங்கள் மேசையைவிட்டு பறக்கத் தொடங்கின. ஓடி வந்து, காகிதங்களை எடுத்து அடுக்கி கொடுத்தாள்.

‘உன் பெயர் என்ன ‘

‘துர்க்கா’

சாப்பிட்டு முடிக்கும்போது நன்றாய் பேசத் தொடங்கினாள்.

உடம்பு சரியில்லாத அம்மா மட்டும்தான் படிப்பும் எட்டாம் வகுப்புவரைதான் என்று சொன்னாள்.

‘ஏன் இன்னைக்கு உன்ன அடிச்சாங்க’ என்ற கேள்விக்கு, ‘விளங்காத பயலுக’ என்று சொல்லிவிட்டு சிரிக்கத் தொடங்கினாள்.

ஆச்சரியப் பார்வை பார்த்தேன் அந்த சிறு பெண்ணை. அடி வாங்கும்போதும் முகச் சிரிப்பு மாறவில்லை.

'அப்பாவை பார்த்ததில்ல. சித்தப்பா இருந்தார். அவரும் எப்போவும் குடி. எங்கம்மா நல்லாயிருந்தப்போ அவகிட்டே இருந்து காசு பிடுங்கி போய் குடிச்சுட்டு வருவார். அவ படுத்த பிறகு வீட்டுல இருக்கிற பாத்திரங்கள மட்டுமில்ல, இருந்த ஒரே நிலத்தையும் வித்துட்டார்.

எனக்கு பதினஞ்சு வயசிருக்கும், அப்போ ஒரு நா, கெஸ்ட் அவுசுல சாப்பாடு செய்யனும், வா. பணம் தருவாங்கன்னு சொல்லி கூட்டிட்டு வந்தார். சாப்பாடு முடிஞ்சு நான் மட்டும் போறேன், நீ இரு, அவரு பெரிய ஆபீசர், ராத்திரி ஏதாவது டீ கேட்டா போட்டு குடுன்னு சொல்லிட்டு போயிட்டார். அந்த தொளதொள ஜிப்பா போட்டவரு, ராத்திரி டீ ஒன்னும் குடிக்கலா. என்னை கடிச்சு பிச்சு சாப்பிட்டுட்டார் காட்டு கரடி மாதிரி. '

சிரித்தபடியே முகத்தை, குத்திட்ட முட்டுக்கு நடுவில் புதைத்துக்கொண்டாள். அழுகிறாளோ என்று தோன்றியது.

நிமிர்த்தி என் முகம் பார்த்து, 'நீங்க கவலப்படாதீங்க... அப்புறம் பழகிடுச்சு. எப்போவாவது இங்கே தங்க ஆளுங்க வருவாங்க, உங்கள மாதிரிதான் அந்த அணை பிரச்சனைக்காக, டெல்லியிலிருந்து. மந்திரிங்க, போலீஸ்காரங்க, ஆபீசருங்கன்னு.

அப்போவெல்லாம் என் சித்தப்பாவுக்கு நிறைய காசு கிடைக்கும். எங்கம்மாவுக்கு மருந்தெல்லாம் வாங்கிக் கொடுக்கும். எனக்கும் புதுதுணி நல்ல சாப்பாடு எல்லாம் கிடைக்கும். ' என்று குழந்தைதனமாய் கண் விரித்தாள்.

'ஒரு நாள் என் சித்தப்பாவுக்கும் நீங்க பேசுனீங்களே அந்த பெரிய வயிறு பண்ணையாரு அவருக்கும் பெரிய சண்டை. நான் வேனும்னு கேட்டாராம். என் சித்தப்பா ஊருக்குள்ளே எல்லாம் என் பொண்ண தரமாட்டேன்னு சொல்லிட்டாராம். ' என்று சொல்லிவிட்டு சத்தம் போட்டு சிரித்தாள். அந்த சிரிப்பிலிருந்து ரணத்தின் வாடை அதிகமாய் என் நாசி தொட்டது.

'இப்போ என் சித்தப்பாவும் இல்ல. செத்துட்டாரு. நான் பக்கத்தூருக்கு பண்ணை வேலைக்கு போறேன். பெரிய வயிறுகாரரு தொந்தரவு தாங்க முடியல. நீங்களே இன்னைக்கு பாத்தீங்களே. திருடி, குணங்கெட்டவ அப்படி இப்படின்னு என்னை ஏதாவது சொல்லி அடிப்பாரு. என் உடம்ப கிழிச்சு பார்க்கிறதுல அவ்வளவு சந்தோசம் அவருக்கு. '

‘நல்ல வேளை நீங்க பொம்பளையா இருக்கீங்க, என் சித்தப்பனும் இப்போ இல்ல’என்று கேலியாய் ஒரு சிரிப்பு செய்தாள்.

‘சரிபோதும், போய் படு’ என்றேன் சிறு சிரிப்புடன்.

ஜவஹர் பல்கலையில் ஒருமுறை பேச்சரங்கில் ஷீலா தீனதயாளுவுடனான என் மிதவாத தர்க்கம் நினைவுக்கு வந்தது. ஒருவருக்கு இயைந்தவை மற்றவருக்கும் ஒத்துப்போகும்னு சொல்லமுடிவதில்லை என்கிற போக்கில் விவாதம் நடந்துக்கொண்டிருந்தது. எல்லாவற்றிற்கும் தீவிர தன்மையே விடிவாகும் என்கிற கூற்றை மறுத்துக்கொண்டிருந்தேன். மிதவாத பெண்ணியங்கள் தோற்று போகும் இடம் இந்த தொங்கட்டான்களாக இருக்குமோ என்கிறதாய் இப்போது ஒரு தோன்றல் உண்டாகியது.

படுக்கையில் அமர்ந்ததும், அதில் விரித்திருந்த விரிப்பில் முளைத்திருந்த சின்ன பூக்கள் துர்க்காவின் சின்ன கண்களை நினைவுகாட்டின. மூடும் போர்வையை தரையில் விரித்து படுத்து கண் மூடினேன்.

மாலையில் சற்று நதியினோரமாய் நடக்க, சுகனின் நினைவு வந்தது. பைக்கை உதைத்து அவன் இளமைக்கும் சேர்த்து உயிர் கொடுக்கும் வேகமும் நினைவில். அப்படியே தகப்பனைப்போல. இன்று டெக்சாஸ் போய் இறங்கியிருப்பான். அவரும் இறந்த பிறகு, இவனும் நாடோடியாக சுற்றிக்கொண்டிருக்க, நான் மட்டுமே தனித்திருக்கும் வாழ்க்கை. எவ்வளவு வித்தியாசங்கள் வாழ்வியல் நிலைகளில்.

பதிக்கப்பட்ட வழுக்கு கற்களின்மீது நடந்துக்கொண்டே ஆங்கிலமும் இந்தியுமாக வெளிச்ச திரையில் நாட்டின் முன்னேற்றம், பெண் முன்னேற்றம் குறித்த பேச்சுகள் பெரு நகரங்களில். இந்த மண் தரையில் நடக்கும் எந்த பெண்ணும் இது குறித்து பேசுவதில்லையே. வாழ்ந்து மட்டுமே காட்டுகிறார்கள். உன்னதம்.

சட்டென்று கேட்ட சிரிப்புக்கு தலை திருப்ப, அங்கே புளிய மரத்தினடியில் இருவர். தொங்கட்டான்களைக்கொண்டு பெண்ணை அடையாளம் தெரிந்தது. பையன் சிவப்பாய் பசனூருக்கு சம்பந்தமில்லாமல் இருந்தான். ஏதும் பேசாமல் எட்டி நடையிட்டேன்.

இரவு சாப்பாட்டின்போது, ‘யாரது, சிவப்பா, அழகா...’ என்ற கேள்விக்கு, ‘எப்போ பார்த்திங்க’ என கண்கள் விரித்தாள்.

‘ராஜேஷ் அது’

‘என்ன காதலா’

‘ம்ம்...’ என சொல்லும்போதே வெட்கம் முகம் பரவத் தொடங்கியது. அடுத்த கட்டடத்திற்கு செல்லும் அவளின் பாதை பிடித்திருந்தது.

காலையில் அவளைக் காணவில்லை. தண்ணீர் வற்றியதாக முருகன் சொன்னதால், அணைக்கட்டு விஷயமாய் கிளம்பத் தொடங்கினேன்.

பத்து நாட்கள் முடித்து, ஊர் திரும்ப பேக் பண்ணும் சமயம், துர்க்காவை பார்க்கும் எண்ணம் வந்தது. முருகனிடம் பேசினேன். பசனூரில் பேருந்து நின்றபோது, முருகன் வந்திருந்தான்.

‘ஒரு வாரம் இருப்பீங்களாம்மா ‘

‘ஒரு இரண்டு நாட்கள் மட்டுமே. கொஞ்சம் தொகுத்து பார்த்து ஏதாவது சந்தேகம் இருந்தால் விசாரித்து முடித்துவிடலாமே. அங்கு போனால் மீண்டும் வருவது கடினமாச்சே’

‘ம்ம்...’

‘துர்க்கா எப்படியிருக்கா’

‘அத கேக்காதீங்க. நீங்க போன அன்னைக்கே ஒரு பஞ் சாயத்து. எத்தனையோ முறை பெரிய அய்யா வீட்டு வேலைக்கு கூப்பிட்டுவிட்டு போகாம இருந்திருக்கா. அன்னைக்கு அவரே நேர்ல போய் கூப்பிட்டிருக்கார். மரியாதையே தெரியாத பொண்ணும்மா. அவரு என்னை கெடுக்க பார்த்தாருன்னு ஊர் கூட்டி பிரச்சனைப்படுத்திட்டா. அடிச்சு துவைச்சுட்டாங்க ஊர்க்காரங்க. ரெண்டு நாள் உடம்பு முடியாம படுத்திருந்தா. மூணாவது நாள் அவளைக் காணோம். வீட்டுல சாமானமும் இல்ல. எங்கேயோ ஓடிட்டா. ‘ .

மதியம் முருகனின் மனைவி சாப்பாடு எடுத்துவந்தாள்.

‘அம்மா, உங்ககிட்டே ஒண்ணு சொல்லனும்’ என்றாள்.

‘என்னம்மா’

‘அந்த துர்க்கா பிள்ள முடியாம படுத்திருந்தப்போ நான்தான் இவருக்கு தெரியாம சாப்பாடுகொண்டு கொடுத்தேன். அவ்வளவு அடி வாங்கியும் அழவே இல்லம்மா. சிரிச்சுகிட்டு இருந்துச்சு. ஊரைவிட்டு போகிறதுக்கு முன்னாடி நீங்க வந்தா சொல்ல

சொல்லிச்சு. அதுதான் உங்ககிட்டே சொல்ல நினைச்சேன். எங்கே போனான்னு எனக்கு ஒன்னும் விளங்கல்ல.' என்றாள்.

ஏதாவது காதல் இருக்குமா அவளுக்குன்னு பொதுவான என் கேள்விக்கு,' அட போங்கம்மா. எத்தனையோ பேருக்கு அவ சித்தப்பன் அவள கூட்டிட்டான். ஊருக்கே தெரியும். யாரும்மா அவள கட்டிக்குவா.' என்று சலித்துக்கொண்டாள்.

'ம்ம்...'

இவளிடம் ராஜேஷைப் பற்றி கேட்கலாமான்னு தெரியல. இவர்களுக்கு தெரியாத ஒன்றை சர்ச்சையாக்க விருப்பமில்லாமல் சாப்பிடத் தொடங்கினேன்.

'இன்னைக்கு நல்லி போயிட்டு வந்துரலாம் மஞ்சு.'

'சரி மேம். எனக்கும் சேலை எடுக்கணும்.'

'சரி, வேலை முடித்து வா. பார்க்கில் இருக்கேன்'

டில்லி யுனிவர்சிட்டி கட்டிடம் விட்டு வெளியே வந்து, ஜீல் பார்க் வந்தமர்ந்து, அடுத்த மாநாட்டுக்கான தயாரிப்பு குறிப்புகளைப் புரட்டத் தொடங்க, பரிச்சயமான அந்த சிரிப்பு காதுகளில். அது அவளுடையதே. திரும்பி எல்லா பக்கமும் பார்வையை சுழட்ட, சட்டென்று ரேடியஸுக்குள் சிக்கினாள் அவள், ஒரு குழந்தையுடன்.

அருகே சென்று, 'துர்க்கா' என்றபோது, நிமிர்ந்து பார்த்தவளின் வகிடில் குங்குமம், காதுகளில் தொங்கட்டாங்கள். சற்று பூசினாற் போலிருந்தாள்.

'எப்படி இருக்கீங்க மேம்சாப்' என்ற அவளின் சந்தோஷ கேள்வியில் அவளின் அடையாளங்கள் சற்று மாறியிருந்தன.

அறிமுகங்கள் முடித்து, 'இவன் என் பையன், ரோஹித். அவரைத்தான் உங்களுக்குத் தெரியுமே' என்று சிரித்தாள்.

'ஊர் விட்டு கிளம்பிட்டேன். என்னை அவர் அப்படியே ஏத்துக்கிட்டார். ' என்றாள்.

'இருந்தாலும் பெரிய வயிறு பண்ணையாரை விட்டுட்டு வந்துட்டியே ' சிரிப்புடன் விழுந்த இந்த என் கேள்விக்கு, பெருமிதமாய் நிமிர்ந்து, அவரை எங்கே நான் விட்டேன் என்றாள். புதிரா இவள் என்ற தோணல் என்னுள் உண்டாகியது.

'மேம்சாப், இவன் இருக்கானே ரோஹித், அந்த பெரிய

வயிற்றுக்காரர் பேரன்தான். லீவில் ஊருக்கு வந்த அவர் மகனைத்தான் நான் காதலித்தேன்னு அவருக்கு தெரியாது.

இங்கே வந்து கல்யாணம் முடிந்த பிறகுதான் சொன்னோம். கோபம், வெறுப்பு எல்லாம் இருந்தது முதலில். இப்போ இவனைப் பார்த்து சமாதானமாயிட்டார். ஊருக்கும் ஒருமுறை போயிட்டு வந்துட்டோம். இப்போ என்னை எல்லோரும் பெரிய வயிறு அய்யாவுக்கு பயந்து மரியாதையா பார்க்கிறாங்க.' என்று சொல்லி, சிறு தொங்கட்டான்கள் குலுங்க அவள் சிரித்தபோது, இதுதான், விவாதங்கள், காகித குப்பைகள், கண்ணாடி மேசைகள், விளக்கு வெளிச்சங்கள் தாண்டிய நிஜ பெண்ணீயமோ என்று தோன்றியது.

நடக்கத் தொடங்கியபோது, அடிவானம் சில சிவப்புகளை நீள் முகமாய்கொண்டிருந்தது. அவளின் தொங்கட்டான்களைப்போல.

* * *

மிளகாய் மெட்டி
அகிலா

அகிலா பொறியியல் பட்டதாரி, ஓவியர் மற்றும் மனநல ஆலோசகரும் ஆவார். கோவையைச் சேர்ந்த இவர், கவிதைகள், சிறுகதைகள், கட்டுரைகள், நூல் திறனாய்வு போன்ற தளங்களில் இயங்கி வருகிறார்.

மூன்று கவிதை தொகுப்புகள், சின்ன சின்ன சிதறல்கள் (2012), சொல்லிவிட்டுச் செல் (2013), மழையிடம் மௌனங்கள் இல்லை (2015) வெளியிட்டு உள்ளார்.

புதிய தரிசனம் இதழில், தொடராய் வெளிவந்த பெண்கள் குறித்த சுவாரசிய கட்டுரைகளை தொகுத்து, 'நாங்கதாங்க பெண்கள்' (2015) என்னும் நூலாய் வெளியிட்டுள்ளார்.

இவரது சிறுகதைகள் கல்கி, சூரியகதிர், புதிய தரிசனம், காற்றுவெளி போன்ற இதழ்களிலும் இணைய இதழ்களிலும் வெளிவந்துள்ளன. அவற்றின் தொகுப்பாய் இந்த நூல், மிளகாய் மெட்டி.

'புதுக்கவிதை எழுதும் பெண்கவிஞர்கள்' என்னும் தலைப்பில், சீ சிந்துஜா அவர்கள் முனைவருக்கான ஆய்வில் இவரை இவரின் கவிதைகளை ஆய்வு செய்து, (அண்ணாமலை பல்கலைகழகம், மலாயாப் பல்கலைக்கழகம்) 'கவிஞர் அகிலா' என்ற நூல் வடிவில் வெளியிட்டுள்ளார்.

தொடர்புக்கு:

மின்னஞ்சல்: artahila@gmail.com

கைப்பேசி: 9443195561